પંચતંત્રની વાર્તા
COLOR

વિવેક કુમાર પાંડે શંભુનાથ

ISBN 979-888591029-3

Author Bio : મારું નામ વિવેક કુમાર પાંડે છે અને હું એક લેખક છું, હું સુરત, ગુજરાત માં રહું છું. મારો જન્મ 30 સપ્ટેમ્બર 2002 ના રોજ થયો હતો, અને હું બાળપણથી એક્ટર બનવાનું સપનું જોતો હતો અને હજુ પણ કરું છું.. હું ક્યારેય વિચારતો નથી કે લોકો શું કરી રહ્યા છે, મને લાગે છે કે હું જે કરી રહ્યો છું, આજે હું સફળ છું, તેથી જો તે આજે તેના પિતાના કારણે જીવ્યો હોત તો તે ખૂબ જ ખુશ હોત, તે હંમેશા અને હંમેશા મારી સાથે રહેશે.

સામગ્રી

સામગ્રી

પ્રસ્તાવના

આ કિતાબ માં 25+ થી વધારે પંચતંત્રની વાર્તાવાર્તાઓ છે. પંચતંત્રની વાર્તા બધા લોકો ને ગમે છે.આ પુસ્તક લખતી વખતે કોઈ ધર્મ અને કોઈ વ્યક્તિને નુકસાન થયું નથી અને આ પુસ્તક શ્રી વિવેક કુમાર પાંડે શંભુનાથજી દ્વારા લખવામાં આવ્યું છે. 12 વર્ષની ઉંમરે, તેણે 250 થી વધુ પુસ્તકો લખીને ઇતિહાસ રચ્યો. તેમને યંગેસ્ટ રાઈટરનો એવોર્ડ પણ એનાયત કરવામાં આવ્યો હતો.

1
સિંહ અને ઉંદર

- ૧. સિંહ અને ઉંદર

મધ્ય ભારતમાં નંદનવન નામે એક મોટું જંગલ હતું. તેમાં એક સિંહ રહેતો હતો. તે જંગલનો રાજા હતો. તે આખો દિવસ આરામ કરતો અને રાત્રે શિકાર કરતો. પોતાનું પેટ ભરાઈ જાય પછી કોઈ જીવને ન મારે.

એક દિવસ બપોરના સમયે સિંહ પોતાની ગુફામાં આરામ કરતો હતો. એ સમયે ત્યાં એક ઉંદર આવી ચઢ્યો અને પોતાના સ્વભાવ મુજબ ખોરાક માટે આમતેમ દોડાદોડી કરવા લાગ્યો. અન્ન શોધવામાં તે એટલો બધો તલ્લીન હતો કે એને તે પણ ભાન ન રહ્યું કે આ સિંહની ગુફા છે અને પોતે સિંહના શરીર પર દોડાદોડી કરે છે.

સિંહ પોતાના શરીર પર અચાનક સળવળાટ થતાં જાગી ગયો અને જોયું તો એક ઉંદર તેના શરીર પર દોડાદોડી કરતો હતો. તેણે જરા ઘુરકિયું કર્યું, અને ઉંદર ભાગી ગયો. થોડીવાર પછી પાછો ફરીથી સિંહના શરીર ઉપર દોડવા લાગ્યો. છેવટે સિંહ ગુસ્સે થઈ ગયો અને તરાપ મારીને ઉંદરને પોતાના પંજામાં દબાવી દીધો. ઉંદર બિચારો ધ્રૂજવા લાગ્યો. તે સિંહને કરગરવા લાગ્યો " હે મહારાજ! મારી ભૂલ થઈ ગઈ, મને માફ કરી દો. હું હવે તોફાન નહિ કરું. હું તો નાનકડું પ્રાણી છું મને મારીને તમારીએ ભૂખ ભંગશે નહીં. મારો આટલો ગુનો માફ કરશો તો હું તમારો ઉપકાર જિંદગીભર નહિ ભૂલું. કોઈ આપત્તિના સમયે હું તમને જરૂર કામ આવીશ."

સિંહ તેની વાત સાંભળી હસવા લાગ્યો. તેને થયું કે,આ નાનકડો ઉંદર મને શું મદદ કરવાનો? છેવટે સિંહે ઉંદરને છોડી મૂક્યો. પછી ઉંદર ફરી સિંહની ગુફામાં જવાની હિંમત કરતો નહિ.

થોડા દિવસ પછી અચાનક એક દિવસ સિંહ શિકાર કરીને પોતાની ગુફા તરફ આવી રહ્યો હતો. એ ગુફા નજીક આવ્યો ત્યાં જ શિકારીએ બિછાવેલ જાળમાં ફસાઈ ગયો. સિંહે જાળમાંથી બહાર નીકળવા ખૂબ જ ધમપછાડા કર્યા, ગર્જનાઓ કરી, પણ તે બહાર આવી

શક્યો નહિ. જેટલો તે જાળમાંથી છટકવા પ્રયત્ન કરતો તેટલો વધુ ફસાતો.

સિંહની ગર્જનાઓ સાંભળીને ઉંદર પોતાના દરમાંથી બહાર આવ્યો અને જોયું તો સિંહ જાળમાં ફસાઈ ગયો હતો. તે સિંહની પાસે આવ્યો અને બોલ્યો" મહારાજ! તમે ચિંતા ન કરો. હું હમણાં તમારી આ જાળ તોડી નાખું છું."

આમ કહી ઉંદર તો પોતાના તીક્ષ્ણ દાંત વડે જાળ કાપવા મંડી પડ્યો. થોડી જ વારમાં તો ઉંદરે આખી જાળ કાપી નાખી અને સિંહ જાળમાંથી મુક્ત થઈ ગયો. સિંહ નાનકડા ઉંદરના કામથી ખૂબ રાજી થઈ ગયો. તે આજ સુધી ઉંદરને તુચ્છ ગણતો હતો. આજે તેને સમજાઈ ગયું કે એ તુચ્છ ઉંદરે એનો જીવ બચાવ્યો હતો. તેણે ઉંદરનો ખૂબ આભાર માન્યો. ત્યાર પછી બંને મિત્રો બની ગયા.

વિષ્ણુ શર્મા આ કથાનો બોધ અપતાં કહે છે " આ સંસારમાં કોઈને પણ તુચ્છ ન ગણવા. ક્યારેક તુચ્છ કે નાના માણસો પણ આપણું ઘણું મોટું કાર્ય કરી આપે છે."

2
સિંહને ઉઠાડ્યો

૨. સિંહને ઉઠાડ્યો

એક ખેડૂત કસબામાંથી ખરીદી કરીને પોતાને ગામ જઈ રહ્યો હતો. એણે પોતાનાં બાળકો માટે જલેબી બંધાવી હતી. રસ્તે ચાલતાં ચાલતાં એને જલેબી ખાવાનું મન થયું. એણે તો ચાલતાં ચાલતાં જ પછેડીના છેડે બાંધેલું જલેબીનું પડીકું ખોલ્યું અને અંદરથી એક જલેબી કાઢી. પણ તેની સાથે બીજી જલેબી ચોંટી રહેલી તે નીચે ધૂળમાં પડી ગઈ તેનો અફસોસ કરતો કરતો આગળ ચાલવા માંડ્યો. હવે ત્યાં ઝાડ પર બેઠેલી એક સમડીએ પેલી જલેબી જોઈ. અળસિયું સમજીને એણે ઝપટ મારી જલેબીને ચાંચમાં પકડી અને ઊડવા માંડી. અને બાજુના જંગલમાં ઘુસી ગઈ. ત્યાં એક ઝાડ પર બેસીને એ જલેબી ખાવા ગઈ. પણ એને ભાવી નહિ. એટલે એણે નીચે ફેંકી દીધી અને એ પાછી ઊડીને દૂર ક્યાંક નીકળી ગઈ.

હવે બે-ત્રણ માખીઓ એ જલેબી પર બેઠી અને તેનો મીઠો રસ ખાવા લાગી. ત્યાં જ ત્યાં એક સિંહ આવ્યો અને એ જલેબીના ટુકડા પર જ લાંબો થઈ બેસી ગયો. જલેબીના ટુકડા એના દેહ નીચે દબાઈ ગયા.

માખીઓએ સિંહને કહ્યું, 'મહારાજ ! આપના શરીર નીચે અમારો ખોરાક દબાઈ ગયો છે. જરા ઊઠો ને !

'શું ? તમારે ખાતર હું ઊઠું ? જા...જા હવે ! બીજું કંઈ ખાઈ લો.

'મહારાજ ! એ અમારું ભાવતું ભોજન છે. માંડ માંડ આ જંગલમાં મળ્યું છે. અમને ખાવા દોને !' માખીઓએ તો સિંહને વિનંતી કરી.

'અરે, બે ટકાની માખીઓ, શું કચકચ કરો છો ! ઘડીક જંપવાયે દેતાં નથી. ભાગો અહીંથી. નહિ તો તમારા બાર વગાડી દઈશ.' સિંહ તો ગુસ્સે થઈ ગયો અને માખીઓને ઉડાડી મૂકી પણ માખી જેનું નામ. તેઓને થયું, આ સિંહ એના મનમાં સમજે છે શું ? અભિમાન તો રાજા રાવણનુંય નથી રહ્યું. ત્યારે આ તો સિંહ છે. એને બતાવી આપવું જોઈએ કે, તું માને છે એવાં તુચ્છ અમે નથી. ભલે અમારું શરીર નાનું રહ્યું.

અને માખીઓ તો સિંહના નાક પર, મોં પર જઈને બેઠી. એક માખી સિંહના કાનમાં ગણગણવા લાગી. સિંહ માથું હલાવી હલાવીને કંટાળ્યો... પછી નાક ઘસવા લાગ્યો... કાન ઘસવા લાગ્યો... મોં ઉઘાડબંધ કરવા લાગ્યો... પણ માખી ધીરજથી લાગી જ રહી. સિંહને હેરાન કરતી જ રહી. સિંહ અત્યંત કંટાળી ગયો અને થાકી ગયો.

ન તો માખી ભાગી જતી હતી... ન તો મરતી હતી... એણે માખીઓને કહ્યું, 'ભાઈસાબ ! બહુ થયું. લો હું હાર્યો અને ઊઠ્યો. ખાઓ તમારાં બત્રીસ પકવાન.' કહીને સિંહ ઊભો થયો અને એ જગ્યા છોડીને ચાલતો થયો.

માખીઓ તો આનંદથી નાચી ઊઠી. અને ફરી જલેબી ખાવા મંડી પડી.

'હે કુમારો ! નાના માણસો પણ કોઈ વાર પોતાની વિશિષ્ઠ શક્તિને લીધે વધુ શક્તિશાળી ઠરે છે. માટે તેમની શક્તિને ઓછી ન આંકવી.'

3
સાપની કપટવિદ્યા

૩. સાપની કપટવિદ્યા

મૈકલ પર્વત પર એક નાગ રહેતો હતો. શરીરે તે બળવાન અને લાંબો હતો. આથી તે લાંબો કાળ સુધી સુરક્ષિત રહીને જીવ્યો. સમય જતાં ઘરડો થયો. હવે તેનામાં શિકાર કરવાની શક્તિ અને અપળતા ઘટી ગઈ હતી. દાંત પણ તૂટી ગયા હતા. આથી તે ધારેલો શિકાર કરી શકતો ન હતો.

ભૂખ્યો ભૂખ્યો તે વધુ અશક્ત બનવા લાગ્યો. તેને થયું, આમને આમ તો હું મરી જઈશ. જીવતાં રહેવા માટે મારે કંઈક તો કરવું જ જોઈએ. એટલે તે વિચારવા લાગ્યો. અચાનક તેને એક યુક્તિ સૂઝી આવી.

તે તો આનંદમાં આવી ગયો અને પહાડથી સડસડાટ નીચે ઊતરવા લાગ્યો. એ એક તળાવને કિનારે પહોંચ્યો. જ્યાં દેડકાઓનું મોટું રાજ્ય હતું. પુષ્કળ દેડકાંઓ ત્યાં રહેતાં હતાં. એને જોતાં જ બધાં જ દેડકાં તળાવમાં ભાગી ગયાં. પરંતુ એ કોઈ દેડકાં પાછળ દોડ્યો નહિ.

એણે એક ઝાડ નીચે આસન જમાવ્યું અને ચૂપચાપ દેડકાંઓની ગતિવિધિ જોવા લાગ્યો.

થોડી વાર થઈ એટલે દેડકાંના રાજાએ બહાર ડોકું કાઢ્યું તો નાગ દૂર એક ઝાડ નીચે ચૂપચાપ બેસી રહ્યો હતો. ધીરે રહીને તે બહાર નીકળ્યો. અને સલામત રહેવાય એ રીતે અંતર રાખીને નાગ પાસે પહોંચ્યો. નાગે દેડકાને જોયો છતાં તે હાલ્યો નહિ. તેમ એની આંખોને પણ હલાવી નહિ. જાણે દેડકાને જોતો જ નથી !

દેડકાને નવાઈ લાગી. તેને થયું, આ નાગની બુદ્ધિ ભ્રષ્ટ થઈ ગઈ હશે ? અથવા તે આંધળો થઈ ગયો હશે ? ધીરે ધીરે એ વધુ નજીક આવ્યો. છતાં તેણે સલામત અંતર તો રાખ્યું જ. અને નાગને બૂમ મારી:

'એ નાગરાજ ! આમ ચૂપચાપ કેમ બેઠા છો ?'

'ભાઈ ! મારા હાથે બહુ મોટું પાપ થઈ ગયું છે. એટલે હું ઢીલો થઈ ગયો છું. મને બ્રાહ્મણે શાપ આપ્યો છે.'

'શાપ !' દેડકાને આશ્ચર્ય થયું. તે નાગની વધુ નજીક કૂદ્યો.

'દેડકાભાઈ ! મારા કરમની શું કથની કરું ! હું મારા સ્વભાવ અનુસાર એક ઉંદરનો શિકાર કરવા દોડ્યો પરંતુ ઉંદર પણ જીવ લઈને ભાગતો હતો. તે એક ઘરમાં પેસી ગયો જે બ્રાહ્મણનું હતું. ઘરમાં બ્રાહ્મણના ચાર-પાંચ છોકરાંઓ રમતાં હતાં. ઉંદરની પાછળ હું પણ ઘરમાં પ્રવેશ્યો. ઉંદર હાથવેંતમાં હતો એટલે મેં પણ દોટ મૂકી. ઉંદર છોકરાઓ વચ્ચેથી ભાગ્યો. અને હું પણ તેની પાછળ ભાગ્યો, પરંતુ છોકરાંઓને એકદમ ખ્યાલ ન આવ્યો કે, હું ઘરમાં દોડી રહ્યો છું. છોકરાંઓ પણ દોડાદોડી કરી રહ્યાં હતાં. તેમાં એક છોકરાનો પગ મારા પર પડ્યો અને ગુસ્સે થઈ મેં તેને ડંખ માર્યો.

તે દરમિયાન ઉંદર ભાગી ગયો હતો. હવે મને ભૂલનો ખ્યાલ આવ્યો. મને થયું, માણસો મને શોધી મારી નાખશે. એટલે હું પણ દોડતો ભાગી ગયો. પરંતુ મારા ઝેરથી પેલો છોકરો તરત મરી ગયો. ઘરનાં બધાં રોકકળ કરવા લાગ્યાં. કોઈ છોકરાના બાપને બોલાવી લાવ્યું. એનો બાપ સાચો કર્મકાંડી બ્રાહ્મણ હતો. એટલે મને શાપ આપ્યો કે, 'હે નાગ ! તેં મારા દીકરાનો જીવ લીધો છે એટલે તું દેડકાંની સવારી બની જા. દેડકાં તારા પર સવારી કરશે તો જ તારી સદ્ગતિ થશે.'

'બસ ! ત્યારથી હું ઢીલા પગે આવીને અહીં બેઠો છું. ભલા ! મારા પર દેડકાં થોડી સવારી કરવાના હતાં ! મારો કોણ વિશ્વાસ કરે ? મને લાગે છે કે મારી દુર્ગતિ જ થવાની છે. મારો મરણકાળ નજીક છે. એટલે મને બહુ ચિંતા થઈ રહી છે.' નાગની કરુણ કથા સાંભળી દેડકો પીગળી ગયો. તેને થયું, 'હું મારી પ્રજાને હુકમ કરીશ તો બધાં આ નાગ પર સવારી કરશે. અને એનો શાપ ઊતરી જશે. પરંતુ વાત સાચી... નાગનો વિશ્વાસ કોણ કરે ?'

દેડકો તો તળાવમાં ગયો અને બધાંને નાગની વાત કરી અને બધાંને નાગની વાત કરી. બધાં ગભરાઈ ગયાં... ના, ભાઈ ! નાગનો શાપ ઊતરવાનો હોય તો ઊતરે આપણે શા માટે જીવ જોખમમાં નાખવો જોઈએ ?

પરંતુ બે-ત્રણ દેડકાં સાહસિક હતાં. તેમને થયું, આજે મરો કે કાલે મરો... એમાં શું ફેર પડવાનો છે ! નાગ પર સવારી કરવાની કેટલી મજા આવે ! આપણે સાહસ કરીને નાગ પર સવારી કરવા જઈએ. તેમણે પોતાની વાત દેડકા રાજાને કરી.

રાજા પણ ખુશ થયો કે ચાલો, મારા રાજ્યમાં બહાદુરો છે ખરા ! તેણે કહ્યું, 'તમે મરજીવા છો. જો તમે નાગની સવારી કરી પાછા આવશો તો હું તમારું બહુમાન કરીશ.'

ત્રણે દેડકાં ખુશ થઈ ગયાં.

દેડકાનો રાજા ત્રણે દેડકાંને લઈને ઊપડ્યો નાગ પાસે અને કહ્યું, 'હે નાગરાજ ! મારા આ ત્રણ દેડકાં તમારા પર સવારી કરશે.'

નાગ તો ખુશ થઈ ગયો અને બોલ્યો, 'તમારો આભાર ! દેડકાભાઈ !' કહીને એણે ત્રણેને પોતાના પર ચઢી જવા કહ્યું. નાગ સરકવા માટે લાંબો થયો એટલે ત્રણે દેડકાં તેના પર કૂદીને બેસી ગયાં. નાગ સરકવા લાગ્યો. દેડકાંનો રાજા તેમને જતાં જોઈ રહ્યો. દૂર દૂર ફરીને નાગ પાછો આવ્યો. એટલે ત્રણે દેડકાં ઊતરી પડ્યાં. અને પોતાના રાજા સાથે તળાવમાં ગયા. ત્યાં રાજાએ ત્રણ દેડકાનું બહુમાન કર્યું. ત્રણે દેડકાં તો છાતી ફુલાવીને

પોતાને નાગની સવારી કરવામાં કેવી મજા આવી, રસ્તામાં શું શું જોયું તેનું રોચક વર્ણન કરવા લાગ્યાં.

પછી તો બધા જ દેડકાં નાગની સવારી કરવા તૈયાર થઈ ગયાં. દેડકાના રાજાએ નાગને પૂછ્યું, 'નાગરાજ ! અમારે ત્યાં ઘણાં દેડકાં તમારી સવારી કરવા તૈયાર થઈ ગયાં છે. તેમને બેસાડશો ?'

'હા... હા... કેમ નહિ ? તમે તો મારા પર મહા ઉપકાર કરી રહ્યા છો. હું બધાંને બેસાડીને રોજ ફેરવીશ !'

રાજાએ તળાવમાં જઈને કહ્યું, 'જેને નાગની સવારી કરવી હોય એ નાગ પર બેસી જાય.'

પછી તો પૂછવું શું ? બધા જ કૂદતાં કૂદતાં ભાગ્યાં અને નાગ પર બેસવા પડાપડી કરવા લાગ્યાં. નાગ ધીરેથી એમાંના બે-ત્રણ દેડકાંને ગળી ગયો. કોઈને એ વાતની ખબર ન પડી. નાગ તો સરકવા લાગ્યો. બધાને ફરવાની બહુ જ મઝા આવી. જે રહી ગયા તે નિરાશ થઈને પાછા આવ્યાં. નાગને પણ બહુ મઝા આવી. એને તો વગર મહેનતે ભરપેટ ખોરાક મળી ગયો.

ઘણા દિવસ સુધી આ ક્રમ ચાલ્યો. અચાનક દેડકાંઓના રાજાને થયું, દેડકાંઓની વસતી સારી એવી ઘટી ગઈ છે. અહીં કોઈનો ઉપદ્રવ નથી તો વસતી કેમ ઘટી ગઈ છે ? તે ચિંતામાં પડી ગયો. ગમે તેમ તોયે એ રાજા હતો. રાજ્યના રક્ષણની જવાબદારી એના પર હતી. વિચાર કરતાં કરતાં એને નાગ યાદ આવ્યો. વસતી ઘટવા માટે એ નાગ તો કારણભૂત નહિ હોય ?

બીજે દિવસે બધાં દેડકાં નાગ પર સવારી કરવા તૈયાર થયા ત્યારે એ એક ઝાડ પાછળ સંતાઈ ગયો અને નાગની ગતિવિધિ ધ્યાનથી નિહાળવા લાગ્યો.

નાગ પર બેસવા માટે બધા દેડકાં પડાપડી કરતાં હતાં. ધીરેથી નાગ એના મોં પાસે આવેલા દેડકાને ગળી ગયો. એમ એણે ત્રણ-ચાર દેડકાં ખાધાં. કોઈ દેડકાઓનું એ તરફ ધ્યાન ન હતું. બધાં જ નાગ પર બેસવા માટે પડાપડી કરતાં હતાં.

દેડકાંઓનો રાજા ધ્રૂજી ગયો. ફરીથી બધાં દેડકાં પાછાં આવ્યાં. રાજાએ ધીરેથી બધાંને કહ્યું, 'આપણે બહુ બની ગયાં છીએ. આ નાગ ઢોંગી છે. મૂરખ બનાવીને આપણને ખાઈ રહ્યો છે...'

ત્યાં જ એક દેડકી બોલવા લાગી : 'મહારાજ ! મારો દીકરો કેટલા વખતથી નથી મળતો.' તો કોઈ બોલ્યું, 'મારો પતિ ગુમ થયો છે.' આમ એકી અવાજે કેટલાંય દેડકાં પોતાના સ્વજનો ગુમ થયાની ફરિયાદ કરવા લાગ્યાં. દેડકારાજાને બહુ દુઃખ થયું. તેણે બધાંને આશ્વાસન આપ્યું અને કહ્યું, 'હવે એ નાગ નજીક કોઈ જશો નહિ. તે ભૂખ્યો-તરસ્યો પોતાની મેળે જ ભાગી જશે.'

બીજે દિવસે કોઈ દેડકો તળાવમાંથી બહાર સવારી કરવા ન આવ્યો. એટલે નાગ સમજી ગયો કે, પોતાના કપટની જાણ દેડકાંઓને થઈ ગઈ છે. હવે અહીં કશો ખોરાક મળવાનો નથી. હવે મારે બીજા તળાવની શોધમાં જવું જોઈએ.

આમે રોજ ભરપેટ ભોજન મળતું હતું. એટલે એ શક્તિશાળી બની ગયો હતો. એ ધીરેથી સરકીને ચાલ્યો ગયો.

દેડકાંનો રાજા છાનોમાનો તેની ગતિવિધિ નિહાળી રહ્યો હતો. તેને જતો જોઈને રાજાએ નિરાંતનો શ્વાસ લીધો. 'હે કુમારો ! આ દુનિયા કપટી લોકોથી ભરેલી છે. માટે ચેતીને ચાલવું. ઝડપથી કોઈનો વિશ્વાસ કરવો નહિ.'

4
સમજુ વાંદરો

૪. સમજુ વાંદરો

એક શિકારી શિકાર કરવા નીકળ્યો. પહેલાં કદી શિકારે ગયેલો નહિ. એટલે જોખમનો ખ્યાલ નહિ. એકલો એકલો જ નીકળી પડ્યો. ત્યાં એણે એક હરણ જોયું. એને એણે બંદૂક ઉઠાવી જ્યાં નિશાન લેવા જાય છેવ ત્યાં હરણ ભાગ્યું. એ તો દોડ્યો હરણની પાછળ. હરણ આંખના પલકારામાં ક્યાંનું ક્યાં નાસી ગયું.

શિકારી હરણને શોધતો શોધતો આગળ ગયો. ત્યાં અચાનક નજીકથી જ વાઘની ગર્જના સંભળાઈ. આખું જંગલ ધ્રૂજી ઊઠ્યું. અને શિકારી પણ ધ્રૂજી ઊઠ્યો. ગભરાટમાં ને ગભરાટમાં હાથમાંથી બંદૂક પડી ગઈ. ત્યાં તો સામેની ઝાડીમાં વાઘનું માથું દેખાયું.

શિકારીના તો હોશકોશ ઊડી ગયા. એ દોડીને એક ઝાડ પર ચઢી ગયો. વાઘ કૂદ્યો પણ એને પહોંચ્યો નહિ. તે પહેલાં શિકારી ઝાડ પર ઊંચે ચઢી ગયો હતો. શિકારને છટકી ગયેલો જોઈને વાઘે તો ગર્જના પર ગર્જના કરવા માંડી. પણ હવે શું થાય ! ગર્જના કરવાથી શિકાર થોડો મોંમાં પડવાનો હતો.

કંટાળીને વાઘ તો ઝાડ નીચે જ આંટા મારવા લાગ્યો. હવે એટલી જગ્યામાં એ ઝાડ એકલું જ હતું. એની આજુબાજુ થોડા અંતર સુધી બીજું કોઈ ઝાડ ન હતું. હવે એ ઝાડ પર એક વાંદરો પણ હતો. શિકારીને લીધે એ પણ ફસાઈ ગયો. વાંદરો પણ નીચે ઊતરવા જાય તો વાઘ તેનો કોળિયો જ કરી નાખે. અને નીચે ઊતર્યા સિવાય તો બીજે કશે જવાય નહિ. આથી વાંદરો અકળાયો અને ઝાડ પર કૂદાકૂદ કરવા લાગ્યો.

વાઘે વાંદરાને જોયો એટલે વાઘે કહ્યું,

'વાંદરાભાઈ ! તમે અકળાઓ નહિ. હું તમને નહિ ખાઈ જાઉં. ફક્ત એક કામ કરો. પેલા માણસને નીચે ફેંકી દો.' 'એ મારો શિકાર છે એને લઈને ચાલ્યો જઈશ. પછી તમારે જ્યાં જવું હોય ત્યાં જજો.'

વાંદરો કહે, 'એ માણસે મારું કાંઈ બગાડ્યું નથી કે એ મારો ખોરાક નથી. પછી મારે એવું પાપ શા માટે કરવું જોઈએ ?' શિકારી પણ વાંદરાને કહેવા લાગ્યો ઃ 'વાંદરાભાઈ, રખે એવું કરતા ! મને વાઘના મોંમાં ધકેલીને તારા હાથમાં શું આવવાનું છે ! માટે મને ધક્કો

નહિ મારતો.'

વાંદરાએ કહ્યું, 'તું ગભરાઈશ નહિ. હું તને ધક્કો નહિ મારીશ.'

ધીરે ધીરે રાત વીતવા લાગી. વાંદરાને પણ ઊંઘ આવે અને શિકારીને પણ ઊંઘ આવે. જો ઝોકું આવી જાય તો બન્ને નીચે પડે અને વાઘનો શિકાર બની જાય.

એટલે કહ્યું, 'આપણે વારા બાંધીએ. પહેલાં હું ઊંઘી જાઉં છું. તું મારું ધ્યાન રાખજે. અડધી રાત પછી તું ઊંઘી જજે અને હું જાગીશ. હું તારું ધ્યાન રાખીશ.'

વાંદરો કહે, 'સારું.' અને પેલો શિકારી ઊંઘી ગયો. વાઘે વાંદરાને ફરી સમજાવ્યો ઃ 'વાંદરાભાઈ ! આ માણસની જાત બહુ કપટી અને નિષ્ઠુર હોય છે. તમે નકામો એનો પક્ષ લો છો. તમે એને નીચે ફેંકી દો. એથી હું મારા રસ્તે પડું અને તમે પણ છૂટા થાઓ. ઘરે તમારી વાંદરી અને બચ્ચાંઓ તમારી વાટ જોતાં હશે.' 'ના, એવું મારાથી ન થાય. એ બિચારો મારા ભરોસે ઊંઘે છે. મારાથી એને દગો ન દેવાય.' વાંદરાએ તો ઘસીને ના પાડી દીધી. અને વાંદરો જાગતો જ બેસી રહ્યો.

અડધી રાત વીતી એટલે વાંદરાએ શિકારીને જગાડ્યો અને કહ્યું, 'હવે તું જાગ. હું ઊંઘી જાઉં છું.' શિકારીએ કહ્યું, 'સારું.' વાંદરો તો નચિંત બનીને ઊંઘી ગયો.

ત્યાં વાઘે કહ્યું, 'એ માણસ ! તું આમ ને આમ ઝાડ પર ક્યાં સુધી બેસી રહેશે ? અને હું તો અહીંથી ખસવાનો જ નથી. ગમે એટલા દિવસ જાય ને ! હું તો અહીં જ રહેવાનો છું. પરંતુ જો તું આ વાંદરાને ધક્કો મારીને નીચે ફેંકી દેશે તો હું એનો શિકાર કરીને ચાલ્યો જઈશ ! એટલે હુંય છૂટો અને તુંય છૂટો.'

પહેલાં તો શિકારીએ ના પાડી પણ જેમ જેમ સમય જવા લાગ્યો, તેમ તેમ એને કંટાળો આવવા લાગ્યો. વાઘ પણ એને સમજાવી રહ્યો હતો. આથી શિકારી પીગળી ગયો.

એણે તો વાંદરાને ધક્કો માર્યો. વાંદરો ઊંઘમાં ગબડી પડ્યો પણ બીજી જ ક્ષણે જાગીને વૃક્ષની નીચેની ડાળ પકડી લીધી. એટલે જમીન પર પડતા રહી ગયો. આમ વાંદરો છેલ્લી ઘડીએ બચી ગયો.

વાઘના મોંમાં આવેલો શિકાર પાછો ચાલ્યો ગયો. એણે વાંદરાને કહ્યું, 'જોયું, વાંદરાભાઈ ! તમે જે માણસ પર વિશ્વાસ રાખ્યો, જેને મારા મોંમાંથી બચાવી રહ્યા છો તે કેવો કપટી છે ! હવે આગળ પાછળનું કંઈ પણ વિચાર્યા વગર એને નીચે ફેંકી દો. એટલે હું માર રસ્તે પડું.'

વાંદરો કહે, 'ના ! એ ભલે કપટી રહ્યો. મારાથી એવું નથાય. તમે બીજો શિકાર શોધવા ઊપડો. તમારું અહીં કંઈ જ વળવાનું નથી.' વાંદરાએ તો શાંતિથી ના પાડી દીધી. અને પછી શિકારી સામે જોયું. શિકારી તો ભોંઠો પડીને નીચું જ જોઈ ગયો.

કંટાળીને વાઘ ચાલ્યો ગયો. એટલે વાંદરાએ પણ જવાની તૈયારી કરી. એણે કહ્યું, 'માણસ ! તારો સ્વભાવ સુધાર. કદી આવું કપટ ન કરવું. એનાથી કોઈક વાર મોટી મુશ્કેલીમાં આવી જશે. તું સવાર પડે પછી જ નીચે ઊતરજે.' કહીને વાંદરાએ છલાંગ મારી અને નીચે ઊતરી દોડતો સામેનાં વૃક્ષો પર ચાલ્યો ગયો.

શિકારી મનમાં પસ્તાતો ચૂપચાપ બેસી રહ્યો.

'હે કુમારો ! કદી કપટ કરવું નહિ. ઉપકાર ઉપર અપકાર કદી ન કરવો, ચાહે ગમે તે લાભ કેમ ન મળતો હોય !'

5
શિયાળ ફાવ્યું

• ૫. શિયાળ ફાવ્યું

ઘોર જંગલમાં ઘણાં હિંસક પ્રાણીઓ રહેતાં હતાં. એમાં એક વાર એક દીપડો શિકાર માટે જઈ રહ્યો હતો.

રખડી રખડીને થાક્યો, પણ એકે શિકાર ન મળ્યો. ત્યાં અચાનક એની નજર એક મરેલાં હરણ પર પડી. એ જોઈને એના મોંમાં પાણી આવી ગયું. આમે હરણનું માંસ તો તેને ખૂબ જ ભાવતું. તે તો રાજીનું રેડ બની ગયું. અને દોડ્યું, હરણ પાસે. પરંતુ એ હરણ પાસે પહોંચ્યું ત્યાં જ એક રીંછ પણ હરણ પાસે પહોંચી ગયું. બન્ને સાથે જ હરણ પાસે પહોંચી ગયા.

દીપડો કહે, 'હરણ મેં પહેલાં જોયું અને હું પહેલો એની પાસે પહોંચ્યો છું. માટે એ મારું ભોજન છે. માટે રીંછડા, તું ભાગ !' રીંછ કહે, 'અરે દીપડા, હરણને મેં પહેલાં જોયું. હું પહેલાં એની પાસે પહોંચ્યો અને તું શાનો હક કરે છે ? તું ભાગ અહીંથી !'

આમ રીંછ ને દીપડો ઝગડવા માંડ્યા. ઝગડતાં ઝગડતાં બન્ને મારામારી પર આવી ગયાં. અને એવા લડ્યાં, એવા લડ્યાં કે લોહીલુહાણ થઈ ગયાં. બન્ને એક તરફ ઢળી પડ્યાં. લડવાની તો શું, ઊભા થવાની પણ બન્નેમાં શક્તિ ન હતી. બન્ને પડ્યા પડ્યા હાંફી રહ્યાં હતાં.

ત્યાંથી એક શિયાળ નીકળ્યું. તેણે જોયું તો એક મરેલું હરણ પડ્યું હતું. તેની એક બાજુ ઘાયલ રીંછ પડ્યું છે અને બીજી બાજુ ઘાયલ દીપડો. બન્ને લોહીલુહાણ થઈને હાંફતાં હાંફતાં પડ્યાં છે. એ સમજી ગયું કે આ હરણ માટે બન્ને લડીલડીને ઢસ થઈ ગયાં છે. ખસવાનીયે શક્તિ બન્નેમાં બચી ન હશે. શિયાળ તો ધીરેથી હરણ પાસે ગયું અને તેને મોંથી પકડી ખેંચવા લાગ્યું. તે દૂર સુધી હરણને ખેંચતું લઈ ગયું. ન તો એને રીંછ રોકી શક્યું કે ન તો દીપડો એને રોકી શક્યો. બન્ને લાચાર બનીને શિયાળને જતું જોઈ રહ્યાં. પોતાના પ્રિય ભોજનને જતું જોઈ રહ્યાં.

'હે કુમાર ! બેની લડાઈમાં ત્રીજો ફાવે તે આનું નામ.'

6
વાંદરાની સલાહ

૬. વાંદરાની સલાહ

રત્નપુર નગરના રાજાને ઘોડા પાળવાનો ખૂબ શોખ હતો. એના ઘોડારમાં દેશ દેશના કીમતી ઘોડાઓ હતા. એ બધા ઘોડા રાજાને ખૂબ વહાલા હતા.

આ રાજાનો એક કુંવર હતો. એકનો એક. બધાનો લાડકો. તેને ઘેટાં ને વાંદરાં પાળવાનો શોખ હતો. ધોળાં ધોળાં રૂના ઢગલા જેવાં અલમસ્ત ઘેટાં તેણે પાળ્યાં હતાં. અને વાંદરાનું તો આખું ઝુંડ તેના બગીચામાં હતું. અને વાંદરાં પણ જેવા તેવા નહિ. તાલીમ પામેલાં કુંવર આવે એટલે સલામ કરે. કુંવર સાથે જાતજાતની રમતો રમે. કુંવરને ખુશ કરવા જાત-જાતના ખેલ કરે.

રાજાએ એક વિશાળ જગા આ લોકો માટે અલગ કાઢી હતી. ત્યાં એક તરફ ઘોડાર અને બીજી તરફ વાંદરાં અને ઘેટાં રહેતાં. ઘોડાર સામે જ રાજાનું રસોડું હતું.

હવે એક ઘેટું બહુ તોફાની હતું. તે લાગ મળે ત્યારે આ રસોડામાં ધૂસી જતું અને જે મળે તે ખોરાક ખાઈ જતું. એના બગાડથી રસોઇયા ખૂબ ગુસ્સે થતા. કુંવરનું ઘેટું એટલે એને મારી તો ન નખાય. પરંતુ મેથીપાક તો બરાબર આપતા.

પરંતુ ઘેટાને એની જરાય પડેલી નહિ. તે તેનું તોફાન ચાલુ જ રાખતું. હવે તેનું આ તોફાન બુઢ્ઢો વાંદરો જોતો. એક દિવસ એણે પોતાના પરિવારને ભેગું કર્યું અને કહ્યું, ‘જુઓ આપણે આનંદથી રહીએ છીએ. કુંવરજી આપણને સારો સારો ખોરાક આપે છે. પણ એક બહુ મોટું જોખમ આપણા માટે ઊભું થયું છે.’

‘શું ?’ બધાં વાંદરાં પૂછવા લાગ્યાં.

‘પેલું તોફાની ઘેટું ઘણી વાર રાજાના રસોડામાં ધૂસી જાય છે. જો કોઈ વાર રસોઇયો વધારે ખિજવાઈ જશે તો એને સળગતું લાકડું મારશે. એટલે તેના વાળ સળગી ઊઠશે. હવે રસોડાની સામે જ ઘોડારનો દરવાજો છે. ઘેટું ગભરાઈને એ ઘોડારમાં ધૂસી જશે. આથી ત્યાંનું ઘાસ સળગી ઊઠશે. અને ઘાસ સળગી ઊઠશે તો ઘોડા દાઝી જશે. ઘોડા રાજાને બહુ વહાલા છે. એટલે તરત જ ઘોડાને બચાવવા વૈદો આવશે. વૈદો ઘોડાના દાઝેલા ભાગ પર લગાડવા વાંદરાનાં હાડકાંનું તેલ મંગાવશે. તાત્કાલિક વાંદરાં ક્યાંથી મળે ? એટલે રાજા

આપણને મરાવી નાખશે અને આપણાં હાડકાંનું તેલ કઢાવશે. અને એમ આપણો નાશ થશે. માટે એવો કોઈ બનાવ બને તે પહેલાં જ આપણે અહીંથી ભાગી જવું જોઈએ.'

લગભગ બધાં જવાંદરાં આ વાત સાંભળીને હસી પડ્યાં. એક જુવાન વાંદરો બોલ્યો : 'દાદા ! તમારી તો સાંઠે બુદ્ધિ નાઠી લાગે છે ! તમે તો બહુ જ લાંબા લાંબા વિચાર કરો છો. અને આપણી જિંદગી છે ટૂંકી. માટે હાલ જે સુખસાહ્યબી મળી રહી છે તેને ભોગવો અને શાંતિથી ઊંઘી જાઓ.'

'નહિ. હું બહુ વિચારીને કહું છું. હું આજે જ અહીંથી ભાગી જાઉં છું. તમે આવો... ન આવો એ તમારી મરજીની વાત છે. પરંતુ હું તમને ચેતવી દઉં છું કે આવી વાત બનવાની શક્યતા છે જ.'

બધાં જ વાંદરાંએ બુઢ્ઢા વાંદરાની મશ્કરી કરી. અને કોઈએ તેની વાત ન માની. દુઃખી હૃદયે બુઢ્ઢો વાંદરો ત્યાંથી ભાગી ગયો. બીજે દિવસે કુંવરે જોયું તો બુઢ્ઢો વાંદરો ન મળે. તેણે રાજાને કહ્યું. બધાંએ બહુ શોધ કરી પણ એ વાંદરો ન મળ્યો તે ન જ મળ્યો.

દિવસો વીતવા લાગ્યા.

એમ કરતાં દશેરાનો દિવસ આવ્યો. રાજ્યમાં મોટો ઉત્સવ ઊજવાતો હતો. આજે રાજાની સવારી નીકળવાની હતી. અને ત્યાર પછી રાજમહેલમાં મોટો ભોજન સમારંભ હતો. રસોઇયાઓ રાતથી જાતજાતની વાનગીઓ બનાવી રહ્યા હતા. એક તરફ ખીર બનાવીને ઠંડી કરવા મૂકેલી હતી. રાજાને ખીર બહુ જ ભાવતી. એમાં જાતજાતના તેજાના નાખવામાં આવ્યા હતા. બધા ઉતાવળે ઉતાવળે રસોઈ બનાવતા જતા હતા. બધા જ પોતાની ધૂનમાં હતા.

પેલું તોફાની ઘેટું ત્યાં આવ્યું. તેણે જોયું તો પોતાના આગમન તરફ કોઈનું લક્ષ ન હતું. એણે રસોડામાં નજર કરી તો ખીર જોઈ એના મોંમાં પાણી આવ્યું. અને ધીરેથી સરકીને એ ખીર પાસે પહોંચી ગયું અને ખીર ચાટવા લાગ્યું.

અચાનક પૂરી તળી રહેલા રસોઇયાની નજર એ ઘેટા પર પડી. ઘેટાએ રાજાની ખીર બગાડી એટલે રસોઇયો ક્રોધથી લાલચોળ બની ગયો. ગુસ્સાથી એણે ચુલામાંથી સળગતું લાકડું ખેંચી કાઢ્યું અને ઘેટા પર છૂટું માર્યું. સળગતા લાકડાનો સ્પર્શ થતાં જ ઘેટાના વાલ સળગી ઊઠ્યા. તે ભાગ્યું. અને સીધું સામે ના ખુલ્લા દરવાજામાંથી ઘોડારમાં ઘૂસી ગયું. અને આળોટીને પોતાના શરીરની આગ ઠારવા માંડ્યું. તેના શરીરની આગ તો ઓલવાઈ ગઈ પરંતુ ઘાસ સળગવા લાગ્યું.

ઘેટું તો ભાગી છૂટ્યું. હવે રસોઇયાને પણ ખ્યાલ નહિ કે ઘેટું સળગીને ઘોડારમાં ઘૂસી ગયું છે. વળી ઘોડારમાં પણ તે સમયે કોઈ ન હતું. બધા ઘોડાઓને વહેલા નવડાવીને પોતે તૈયાર થવા ગયા હતા. એટલે ધીરે ધીરે ઘાસ વધારે સળગવા લાગ્યું અને જોતજોતામાં આખું ઘોડાર સળગી ઊઠ્યું. ઘોડારના માણસો દોડતા આવ્યા અને ઝડપથી બધા ઘોડાઓને છોડવા લાગ્યા છતાં ઘણા ઘોડા દાઝી ગયા.

આ તો રાજાના પ્રિય ઘોડાઓ હતા. એટલે તાબડતોબ રાજવૈદને બોલાવવામાં આવ્યા.

વૈદે કહ્યું, 'તાત્કાલિક વાંદરાંનાં હાડકાંનું તેલ જોઈએ. તે લગાડવાથી તરત જ ઘોડાઓને આરામ થશે.' હવે તેલ માટે વાંદરાંનાં ઘણાં હાડકાં જોઈએ. તે હાડકાં ક્યાંથી લાવવાં ? એટલે રાજાએ રાજનાં વાંદરાંઓને મારી નાખવાનો હુકમ આપ્યો. તરત જ બધાં વાંદરાંઓને મારી નાખવામાં આવ્યાં.

આમ બુઢ્ઢા વાંદરાએ કરેલી આગાહી સાચી પડી. બધાં વાંદરાંઓનો નાશ થઈ ગયો.

થોડો સમય વીત્યો એટલે બુઢ્ઢા વાંદરાને પોતાનો પરિવાર યાદ આવ્યો. એને તેઓ વગર ગમતું ન હતું. અને તેઓની ચિંતા પણ ખૂબ થતી હતી. તે લોકોએ એની વાત મશ્કરીમાં કાઢી નાખી હતી, તે વાતનું એને બહુ દુઃખ હતું. આથી તે લપાતો છુપાતો રાજાના રસોડા પાસે ગયો, જ્યાં એ પોતાના પરિવાર સાથે રહેતો હતો.

ત્યાં જઈને એણે જોયું તો પોતાના પરિવારનો એકે વાંદરો ન દેખાયો. પેલા તોફાની ઘેટાં પર દાઝવાનાં નિશાન હતાં. અને ઘોડારમાં ઘણા ઘોડાનાં શરીર પર પણ દાઝેલાનાં નિશાન આછાં આછાં દેખાતાં હતાં. તે બધી વાત સમજી ગયો. તેની વાત સાચી પડી હતી. રાજાએ ઘોડા ખાતર પોતાના પરિવારનો નાશ કરી નાખ્યો હતો.

આથી વાંદરો રડી પડ્યો. તેને બહુ જ દુઃખ થયું. પરંતુ બનવાકાળ બની ગયું. હવે શું થાય ? વાંદરો ધીરે ધીરે પાછો ચાલ્યો ગયો. હવે એને રાજાના રાજ્યમાં રહેવાનો કંટાળો આવ્યો. એટલે એ જંગલમાં ચાલ્યો ગયો. જંગલમાં એ આગળ ને આગળ વધતો ગયો. એમ કરતાં કરતાં એ એક તળાવને કિનારે આવ્યો. કિનારાના એક વૃક્ષ પર એ શાંતિથી બેઠો. અને એણે પહેલાં આજુબાજુની જગ્યાનું નિરીક્ષણ કર્યું. પછી એણે જમીન પર જોયું તો બધાનાં પગલાં તળાવની અંદર જતાં હતાં. પણ કોઈ પગલાં પાછાં વળતાં દેખાતાં ન હતાં. એટલે એને આશ્ચર્ય થયું. એને થયું કે, આ તળાવમાં ચોક્કસ વસ્તુ લાગે છે. પગલાં અંદર તરફ જાય છે તો બહાર કેમ વળતાં નથી ! જરા વાર એણે વિચાર કર્યો. એને જોખમ લાગ્યું. એણે તળાવમાં જઈને પાણી પીવાનું માંડી વાળ્યું. પણ તરસ તો ખૂબ લાગેલી. ગળું તરસથી સુકાતું હતું. હવે શું કરવું ? આથી એણે આજુબાજુ નજર કરી. તો એને બે-ત્રણ કેળનાં ઝાડ દેખાયાં. એના મનમાં એક યુક્તિ સૂઝી. એણે કેળનું એક મોટું પાન તોડ્યું. તેની ભૂંગળી બનાવી. અને એ ભૂંગળીનો એક છેડો તળાવના પાણીમાં ડુબાડ્યો. અને એના બીજા છેડેથી હવા ખેંચવા લાગ્યો. આથી પાણી સીધું એના મોંમાં આવી ગયું. આ રીતે એણે ઝાડ ઉપર બેઠા બેઠા જ પાણી પીધું.

હવે એ તળાવમાં એક રાક્ષસ રહેતો હતો. તે પાણીમાં છુપાઈ રહેતો. અને જ્યારે કોઈ પ્રાણી પાણી પીવા આવે એટલે એને પકડીને ખાઈ જતો. આ એનો રોજનો ક્રમ હતો.

આજે પણ એ પાણીમાં છુપાઈને આ વાંદરાને જોઈ રહ્યો હતો. વાંદરાનું માંસ તો એનું પ્રિય ભોજન હતું. એટલે એ ખૂબ ખુશ થઈ ગયો હતો. અને વાંદરો ક્યારે પાણી પીવા તળાવની પાળ પર આવે, ક્યારે પોતાનું મોં પાણીમાં બોળે તેની રાહ જોઈ રહ્યો હતો. પરંતુ વાંદરાએ કેળના પાનની ભૂંગળી બનાવી પાણી પીધું, ત્યારે એ આશ્ચર્યચકિત બની ગયો. તે વાંદરાની અક્કલ પર આફરીન થઈ ગયો. આવું બુદ્ધિશાળી પ્રાણી એણે એની જિંદગીમાં જોયું ન હતું.

એ ખુશ થઈને પાણીની સપાટી પર આવ્યો અને બોલ્યો : 'હે વાનર ! હું તારા પર બહુ ખુશ છું. મેં તારા જેવું બુદ્ધિશાળી પ્રાણી મારી જિંદગીમાં જોયું નથી.'

વાંદરો તો એને જોઈ ચમક્યો. એને તળવમાં જતાં પગલાંનું રહસ્ય સમજાઈ ગયું. એને થયું, ઉતાવળ કરી જો એ પાણી પીવા ગયો હોત તો એ પણ રાક્ષસના મોંમાં પહોંચી જાત. એ કંઈ બોલ્યો નહિ. એણે રાક્ષસ સમે જોઈને પ્રણામ કર્યાં.

'હે વાનર ! હું તારા પર ખુશ છું. આથી તને આ હીરાનો હાર ભેટ આપું છું. તેનો તું સ્વીકાર કર.'

'રાક્ષસરાજ ! સાચું કહું ? મને તમારો ભય લાગે છે. એટલે હું તમારી નજીક કેવી રીતે આવું ?' વાંદરાએ નમ્રતાથી કહ્યું.

રાક્ષસ હસી પડ્યો. અને બોલ્યો, 'તારો ભય સ્વાભાવિક છે. વાંધો નહિ. તું આ હાર ઝીલી લે.' કહીને એણે હર વાંદરા તરફ ફેંક્યો, વાંદરાએ એ હાર સ્ફૂર્તિથી ઝીલી લીધો. અને ગળામાં પહેરી લીધો. વાંદરાએ જોયું તો તે અતિ મૂલ્યવાન મોટા મોટા હીરાનો બહુમૂલ્ય હાર હતો.

તેણે રક્ષસને કહ્યું, 'રાક્ષસરાજ ! આ હાર તો ઘણો કીમતી છે. મેં તમારો અવિશ્વાસ કર્યો તે બદલ મને ક્ષમા કરો.' અચાનક વાનરના મનમાં એક વિચાર આવ્યો. અને તે તેણે અમલમાં પણ મૂકી દીધો.

'રાક્ષસરાજ ! મારા પર એક કૃપા કરશો ?'

'કહે.'

વાનરે પોતાના પરિવારના નાશની આખી વાત રાક્ષસને કરી. પછી ઉમેર્યું, 'હું રાજા સામે બદલો લેવા માગું છું. આ હારની લાલચમાં એ રાજાના પરિવારને હું અહીં લઈ આવીશ. અને તમારે હવાલે કરી દઈશ. પરંતુ કૃપા કરી તમે મને જોઈને બહાર દેખાતા નહિ.'

'સારું.' રાક્ષસ તો ખુશ ખુશ થઈ ગયો. માનવ માંસ તો એને અતિપ્રિય હતું.

વાંદરો તો ઊપડ્યો રાજા પાસે. સીધો દરબારમાં પહોંચી ગયો અને રાજાને પ્રણામ કરી ઊભો રહ્યો. રાજા અને એનો કુંવર આ બુઢ્ઢા વાંદરાને જોઈને ખુશ થઈ ગયા. ત્યાં જ રાજાની નજર વાંદરાના ગળા પર પડી. તેના ગળામાં ઝળહળતા હારને જોઈને રાજા નવાઈ પામ્યો. અને બોલ્યો, 'હે વાનર ! તારા ગળામાં બહુમૂલ્ય હાર દેખાય છે. તે તને ક્યાંથી મળ્યો ?'

વાંદરો મનોમન ખુશ થઈ ગયો. જે રીતે વાત શરૂ થવી જોઈએ, એ જ રીતે વાત શરૂ થઈ હતી. તેણે ગળામાંથી હાર કાઢીને રાજાના હાથમાં મૂક્યો અને કહ્યું, 'મહારાજ ! હું આ હાર આપને બતાવવા આટે જ આવ્યો છું. આપ એનું મૂલ્ય કરાવો.' રાજાએ એ હાર રાજ્યના મુખ્ય ઝવેરીને આપ્યો. ઝવેરીએ હાર જોઈને કહ્યું, 'મહારાજ ! આ હારના બધા જ હીરા એટલા કીમતી છે કે આ હારની કિંમત સામે આપના રાજ્યનો ભંડાર છે તેવા દશ ભંડારો જોઈએ. તોય કિંમત ઓછી કહેવાય.'

રાજા ચકિત બની ગયો. અને વાંદરાને પૂછ્યું, 'તને આ હાર ક્યાંથી મળ્યો ?'

'મહારાજ ! આ હાર હું તમને ભેટ આપવા આવ્યો છું.'

રાજા ખુશ થઈ ગયો. તેણે એ હાર પહેરી લીધો. પછી વાંદરો બોલ્યો : 'મહારાજ ! આ હાર એક ગુપ્ત જગ્યાએથી મળ્યો છે. જો આપને આવા બીજા કીમતી હાર જોઈતા હોય તો મારી સાથે ગુપ્ત-ખંડમાં આવો. હું તમને બાકીની વાત કરું.'

રાજા તૈયાર થઈ ગયા. તેમણે સભા બરખાસ્ત કરી અને વાંદરા સાથે ગુપ્તખંડમાં પ્રવેશ્યા. વાંદરાએ કહ્યું, 'મને એક દિવસ સપનું આવ્યું કે, આપણા રાજ્યની બહાર પશ્ચિમ દિશામાં એક ગાઢ જંગલ છે. તેમાં એક તળાવ છે. તેમાં મોટો ખજાનો છે. આથી હું સવારે ઊઠીને ચાલી નીકળ્યો. આપણા રાજ્યની સરહદ વટાવી હું પશ્ચિમ તરફ ગાઢ જંગલમાં પ્રવેશ્યો. ત્યાં એક તળાવ હતું. હું એ તળાવ પાસે આવ્યો અને જ્યાં પાણી પીવા ગયો ત્યાં એક દેવ દેખાયા. તેણે કહ્યું, 'હે વાનર ! તેં આ જળને સ્પર્શ કર્યો એટલે મારે તને કંઈક આપવું જોઈએ. માટે તું અંદર આવ.' હું હિંમત રાખીને તળાવમાં પ્રવેશી ગયો. ત્યાં સુંદર ભવન હતું. તે દેવ મને ભંડારમાં લઈ ગયા. ત્યાં અનેક પ્રકારનાં રત્નો, આભૂષણો, સુવર્ણ, ચાંદી વગેરેના ચરુ ભરેલા હતા. તે દેવે એક ચરુમાંથી આ હાર કાઢી મને આપ્યો. પછી મને આંખો મીંચી દેવા કહ્યું. મેં આંખો ખોલી તો હું તળાવની બહાર હતો. હું ઝડપથી આપની પાસે આવી પહોંચ્યો છું. અને મેં આપને આ રહસ્યની વાત કહી સંભળાવી છે. હે પ્રભુ ! હવે આપ જલદી આપના પરિવાર સાથે તે તળાવ પાસે આવો. હું આપને રસ્તો બતાવીશ.'

રાજા ખુશ ખુશ થઈ ગયો. તેને થયું, હવે હું અખૂટ સંપત્તિ મેળવી શકીશ. અને તેમાંથી શસ્ત્રો-સૈનિકો ખરીદી મારું રાજ્ય મોટું કરીશ. આગળ જતાં હું ચક્રવર્તી રાજા બનીશ.

રાજાએ પોતાના પરિવારને, મુખ્ય મંત્રીઓને અને સ્વજનોને સાથે લીધા. અને બધા ઘોડા પર બેસી વાંદરા સાથે નીકળ્યા.

થોડા સમયમાં તેઓ તળાવ પાસે આવી પહોંચ્યા. વાંદરાએ રાજાને એક વૃક્ષ નીચે ઊભો રાખ્યો. અને બાકીના બધાંને એક પછી એક અંદર જવા ખ્યું. ધનની લાલસામાં વાંદરો જેમ કહેતો આવ્યો તેમ રાજા અને તેના સ્વજનો કરતાં ગયાં. પછી લાંબો સમય વીતી ગયો. છતાં કોઈ પાછું આવ્યું નહિ. એટલે રાજાએ વાંદરાને પૂછ્યું, 'હે વાનર ! કેમ કોઈ પાછું ન ફર્યું ? હવે હું જાઉં ?'

'નહિ રાજન્ ! તમે ન જશો. અને ગયેલા છે તેમાંથી કોઈ પાછું આવવાનું નથી. તમે મારા નિરપરાધી પરિવાર-સ્વજનોનો નાશ કર્યો એટલે મેં તમારા પરિવાર-સ્વજનોનો નાશ કર્યો. આમ આપણો હિસાબ સરભર થઈ ગયો. હવે કદી કોઈ નિર્દોષને મારશો નહિ. પછી એ માનવ હોય કે પશુ-પંખી.'

આમ કહીને વાંદરો છલાંગ મારતો દૂર દૂર ચાલ્યો ગયો.

'હે કુમારો ! તમારે પણ એ જ વાત શીખવાની છે કે, કદી કોઈ નિર્દોષ-નિરપરાધી માનવી, પશુ-પંખી કે કોઈ પણ જીવને મારવો નહિ.'

7
વાઘનો ખજાનો

• ૭. વાઘનો ખજાનો

રતનપુર ગામમાં એક બ્રાહ્મણ રહેતો હતો. સવારથી સાંજ સુધી એ ભિક્ષાવૃત્તિ કરતો. પરંતુ કુટુંબનું પૂરું નહિ કરી શકતો. બાળકોને ખવડાવ્યા પછી બ્રાહ્મણ અને બ્રાહ્મણી અડધુંપડધું ખાઈને સૂઈ જતાં. કોઈ પ્રસંગ હોય ત્યારે જ તેઓને ભરપેટ જમવા મળતું. પોતાની દરિદ્રતાથી બ્રાહ્મણ ખૂબ જ કંટાળી ગયો હતો. આથી તેણે પરગામ જવા વિચાર કર્યો. બ્રાહ્મણીને પણ થયું કે, પરગામ જવાથી જગ્યા બદલાશે અને કદાચ નસીબનું પાંદડું ફરે તો બે પૈસા પતિ કમાઈ લાવશે.

સારું મુહૂર્ત જોઈને બ્રાહ્મણ ચાલી નીકળ્યો. ચાલતાં ચાલતાં એ એક જંગલમાં આવ્યો. ત્યાં એક મોટું પિંજરું પડેલ હતું અને અંદર એક વાઘ આંટા મારી રહ્યો હતો. વાઘની નજર બ્રાહ્મણ પર પડી. તે મસ્તક ઝુકાવી બ્રાહ્મણને કહેવા લાગ્યો :

'પ્રણામ ! મહારાજ ! ક્યાં જઈ રહ્યા છો ?'

'બાજુના શહેરમાં.' બ્રાહ્મણે જવાબ આપ્યો.

'મારું એક કામ ન કરો ?'

'શું ?'

'એક શિકારી મને આમાં પૂરી ગયો છે. હવે એ આવવાની તૈયારીમાં જ હશે. એ આવશે એટલે મને મારી નાખશે. તમે દયા કરીને આ પિંજરું ખોલી નાખો, જેથી હું મારા પ્રાણ બચાવી શકું.'

'ના, ભાઈ ! તારું પિંજરું ખોલું અને તું બહાર નીકળ્યા પછી મને જીવતો છોડે કે ?' બ્રાહ્મણે જવા માટે પગ ઉપાડ્યો.

'અરે, મહારાજ ! મારી પૂરી વાત તો સાંભળો !'

બ્રાહ્મણ અટકી ગયો.

'તમે મને છોડશો તેના બદલામાં હું તમારો જીવ લઉં એવો નગુણો નથી. મારી પાસે એક ખજાનો છે. તે હું તમને આપી દઈશ.'

ખજાનાની વાત સાંભળી બ્રાહ્મણના પગ અટકી ગયા.

તેને થયું, ખજાનો મળી જાય તો આગળ જવું મટશે.

શાંતિથી મારું કુટુંબ ખાઈ-પીને લહેર કરશે અને એ માટે આ વાઘને આ પિંજરામાંથી બહાર કાઢવાનું જોખમ તો ઉઠાવવું જ રહ્યું. એ પીગળી ગયો.

એણે કહ્યું, 'સારું. હું તને બહાર કાઢવા તૈયાર છું. પણ પછી તું મને મારી તો નહિ નાખે ને ?'

'મારો વિશ્વાસ કરો, ભૂદેવ ! બ્રહ્મહત્યાનું પાપ વહોરીને હું કયા ભવે છૂટવાનો હતો !'

લાલચને વશ થયેલા તે બ્રાહ્મણે લાંબો વિચાર ન કર્યો અને પિંજરાનું બારણું ખોલી નાખ્યું. તે સાથે જ વાઘ બહાર કૂદી પડ્યો. પિંજરું નાનું હોવાથી તેનું શરીર જરા અકડાઈ ગયું હતું. એટલે બહાર નીકળીને એણે બે-ત્રણ આળસ મરડી. અને પછી એણે બ્રાહ્મણ સામે જોયું. પેટમાં કકડીને ભૂખ લાગી હતી. સામે માનવદેહ હતો. હવે કેમ રહેવાય ! વાઘે શિકારી નજરે બ્રાહ્મણ સામે જોઈ તરાપ મારવાની તૈયારી કરી.

બ્રાહ્મણ તેની આંખ જોઈને સમજી ગયો કે, વાઘ તેના પર કૂદવાની તૈયારી કરે છે. 'અરે ભાઈ ! મને તારી નિયત બદલાયેલી લાગે છે. તું મને મારી તો નહિ નાખે ને ! મને પહેલાં ખજાનો બતાવ.'

'મહારાજ ! હું બહુ ભૂખ્યો છું. મને ક્ષમા કરો. તમે સામે છો એટલે હવે મને કંઈ યાદ આવતું નથી. બસ ભૂખ યાદ આવે છે.'

બ્રાહ્મણે વિચાર્યું, આ વાઘ પર વિશ્વાસ કરીને મેં ઘણી ભૂલ કરી. પણ હવે શું થાય ? આ નિર્જન જંગલમાં કોઈ છે નહિ જે મારી મદદ કરે. ત્યાં એની નજર એક શિયાળ પર પડી. તે એ બન્નેને આશ્ચર્યથી જોઈ રહ્યું હતું. એના મનમાં આશા જાગી. એણે શિયાળને બૂમ મારી : 'ઓ શિયાળભાઈ ! જરા અહીં આવો ! અમારો એક ન્યાય કરી આપો ને !'

વાઘ ચમક્યો. શિયાળ ! ચાલો બે ભોજન મળશે. તેણે પણ શિયાળને આવકાર આપ્યો. શિયાળ નજીક આવ્યું. એટલે બ્રાહ્મણે પોતાની વાત કરી અને કહ્યું, 'શિયાળભાઈ ! અમારો ન્યાય કરો. આ વાઘે મને વાત થયા મુજબ ખજાનો આપવો જોઈએ ને !'

શિયાળ સમજી ગયું કે, આ વાઘે બિચારા આ ગરીબ બ્રાહ્મણને ફસાવ્યો છે. એને બચાવવો જોઈએ. શિયાળે કહ્યું, 'અરે ભૂદેવ ! તમારી મતિ ફરી ગઈ લાગે છે ! તમે બન્ને મને બનાવતા લાગો છો. આટલા નાના પિંજરામાં કંઇ આ વાઘ સમાઈ શકે !'

વાઘને થયું, 'કમાલ છે ! હું આ પિંજરામાં હતો એ વાત સ્વીકારવા જ શિયાળ તૈયાર નથી !' વાઘ જરા મૂર્ખ હતો. એ કહે,

'અરે ! મૂર્ખ શિયાળ ! હું તને હમણાં જ બતાવું છું કે હું આ પિંજરામાં કેવી રીતે હતો ? કહીને વાઘ પિંજરામાં ઘૂસ્યો. તે જ ક્ષણે શિયાળે બ્રાહ્મણને ઈશારો કર્યો. અને તે જ ક્ષણે બ્રાહ્મણે પિંજરાનો દરવાજો બંધ કરી દીધો. વાઘ એકદમ ઉછળ્યો. પણ પિંજરાના બંધ દરવાજા સાથે અથડાઈને નીચે પડ્યો.

'વાઘમામા ! હવે હું માનું છું કે, તમે આ પિંજરાંમાં સમાઈ શકો છો.'

'તો હવે મને બહાર કાઢોને !'

બ્રાહ્મણ કહે, 'ના, ભાઈ ! મારે ખજાનોયે જોઈતો નથી અને તને બહાર પણ કાઢવો નથી. તારા જેવો દગાબાજ તો પિંજરામાં જ સારો.' પછી બ્રાહ્મણે શિયાળનો આભાર માન્યો અને બન્ને ચાલતાં થયાં.

વાઘ પોતાની મૂર્ખાઈ પર પિંજરામાં પંજા પછાડવા લાગ્યો.

'હે કુમારો ! અજાણી જગ્યાએ ભયનો સો વાર વિચાર કરવો. એવું અવળું સાહસ ન કરવું જે આપણા માટે ઘાતક બની જાય.'

8
લોભી પારધી

• ૮. લોભી પારધી

તમસપુર નગરની બહાર એક વિશાળ સરોવર આવેલું હતું. તેની ચારે તરફ મીઠાં ફળવાળાં વૃક્ષો હતાં. વિશાળ છાયા કરતાં વડ-લીમડો-પીપળો જેવાં વૃક્ષો પણ હતાં. ઠેક ઠેકાણે સુગંધી પુષ્પોના છોડ હતાં. સરોવરમાં લાલ અને શ્વેત કમળનાં પુષ્પો તથા રંગબેરંગી માછલીઓ શોભામાં ઓર વધારો કરતાં. સરોવરની આવી સુંદર શોભા કોઈને કેટલીયે જાતનાં પંખીઓએ ત્યાં પોતાનો નિવાસ કર્યો હતો. વળી એ પ્રદેશ રાજાના સિપાહીઓથી રક્ષાયેલો હોવાથી ત્યાં સસલાં, હરણ, વાંદરાં જેવાં પ્રાણીઓ પણ નિર્ભયપણે વિચરતાં.

સરોવરના કિનારે એક વૃક્ષ પર એક હંસ રહેતો હતો. તેને એક માછલી સાથે દોસ્તી થઈ ગઈ. બન્ને રોજ સરોવરને કિનારે મળતાં અને જાતજાતની, ભાત ભાતની વાતો કરતાં.

એક વાર એક પારધીએ આ હંસને જોયો. એને એ હંસ ખૂબ ગમી ગયો. કેવો રૂપાળો હંસ છે ! એનું મન લલચાઈ ગયું. એ જાળ લઈને રોજ છાનોમાનો એ સરોવર પાસે ફરવા લાગ્યો. એક વાર હંસ અને માછલી વાતો કરી રહ્યાં હતાં. ત્યારે સિપાહીઓની નજર ચૂકવીને એણે હંસને જાળમાં ફસાવી પકડી લીધો. આથી હંસ ગભરાઈ ગયો, માછલી પણ ગભરાઈ ગઈ. તેણે પારધીને કહ્યું, ‘ભાઈ ! આ હંસને શું કામ પકડ્યો છે ?'

‘પૈસા માટે. આ રૂપાળા હંસને વેચીશ તો મને બહુ પૈસા મળશે.'

‘ભાઈ ! તું હંસને છોડી દે. હું તને એક મોતી આપું છું. તેના પૈસા હંસ કરતાં વધારે ઊપજશે.'

‘સારું, હું હમણાં જ આવી.' કહી માછલી પાણીમાં સરકી ગઈ. અને તરત જ પાછી ઉપર આવી. એણે પારધીના હાથમાં એક મોતી મૂક્યું.

પારધીએ હંસને છોડી મૂક્યો. હંસ પાંખો ફફડાવતો વૃક્ષ પર જઈને બેસી ગયો. એ હજી ધ્રૂજી રહ્યો હતો. પારધી ગયો. પછી એ ધીરેથી નીચે ઊતર્યો અને પોતાને બચાવવા બદલ

માછલીનો આભાર માન્યો. પહેલી વાર હંસને લાગ્યું, 'સારો અને સાચો મિત્ર મુશ્કેલીમાં કામ આવે છે.'

આ તરફ પારધી નગરમાં એક ઝવેરીને ત્યાં ગયો. અને પેલું મોતી બતાવ્યું. ગુલાબી ઝાંયનું આવડું મોટું ચોખ્ખું મોતી જોઈને ઝવેરી અજાયબ થઈ ગયો. તેણે પારધીને સો સોનામહોર આપી. અને કહ્યું, 'જો તું આમાનું બીજું મોતી લઈ આવશે તો હું તને પાંચસો સોનામહોર આપીશ.'

પારધી સો સોનામહોર જોઈને અજાયબ થઈ ગયો. અને પાંચસો સોનામહોરની વાત સાંભળીને તો એને ચક્કર જ આવી ગયા.

બીજે દિવસે એ ઊપડ્યો ફરી જાળ લઈને સરોવર કિનારે. લપાતો છુપાતો એ હંસને ફસાવવાનો લાગ જોયા કરતો હતો. હંસ સરોવર કિનારે બેઠેલો હોવો જોઈએ. અને તે સમયે કોઈ માણસ કે ચોકિયાત હોવો ન જોઈએ. માંડ માંડ એક દિવસ એવો મોકો મળી ગયો. એણે જાળ નાખી અને હંસ ફરી સપડાયો. ફરી માછલીએ કહ્યું, 'તું હંસને છોડી મૂક.'

પારધીએ કહ્યું, 'તેં પહેલાં આપેલું એવું મોતી મને આપ. તો જ હું આ હંસને છોડીશ.'

માછલી કહે, 'ભાઈ ! તને પહેલાં કેવું મોતી આપેલું તે મને કેવી રીતે યાદ હોય ! મારી પાસે તો જાતજાતનાં મોતી છે.' પારધી કહે, 'તું મારી રાહ જોજે. હું હમણાં જ આવ્યો.' એ તો દોડતો ઝવેરી પાસે આવ્યો અને કહે, 'શેઠજી ! પેલું મોતી આપો હું એની જોડનું બીજું મોતી લઈ આવું.'

'પણ ભાઈ ! હું તારો વિશ્વાસ કેવી રીતે કરું ? તું મને સો સોનામહોર પાછી આપી દે. હું તને મોતી આપી દઈશ.'

'સારું' કહીને પારધી ઘરે દોડ્યો. સો સોનામહોર લાવીને ઝવેરીના હાથમાં મૂકી. ઝવેરીએ પેલું મોતી પાછું આપ્યું અને કહ્યું, 'બન્ને મોતી લઈને જલદી પાછો આવજે.'

'હા શેઠજી !' કરીને એ દોડ્યો સરોવરની પાળે. પછી માછલીને કહ્યું, 'લે, આ મોતી ! આવું બીજું મોતી જોઈએ છે. વળી આ મોતી પાછું લાવવાનું ભૂલતી નહિ. બન્ને મોતી એક સરખાં રંગના અને કદનાં જોઈએ.'

'જો, ભાઈ ! તું આ હંસને પહેલાં છોડી દે. પછી જ હું મોતીની જોડ લઈ આવું.'

લોભમાં ભાન ભૂલેલા પારધીએ હંસને છોડી દીધો. હંસ પાંખો ફફડાવતો દૂર દૂર ઊડી ગયો. અને માછલી મોતી લઈને ગઈ તે ગઈ. ફરી દેખાઈ જ નહિ.

ત્યાં જ એક સિપાહી આવ્યો અને કહેવા લાગ્યો,

'તું ક્યારનો અહીં બેઠો બેઠો શું કરે છે ? મને તારી દાનત સારી લાગતી નથી. ચાલ, તો ઊભો થા.' ત્યાં જ સિપાહીની નજર તેણે સંતાડેલી જાળ પર પડી. એની આંખો ચમકી ઊઠી. એ સમજી ગયો કે આ પારધી છાનોમાનો જાળ લઈને અહીં પંખીઓને પકડવા આવ્યો લાગે છે.'

સિપાહીએ બીજા સિપાહીઓને બોલાવ્યા અને પારધીને પકડી લીધો. પારધીને બહુ અફસોસ થયો. જો એણે સો સોનામહોર લઈને સંતોષ માન્યો હોત તો આજે પકડાયો ન હોત.

બીજે દિવસે એને ન્યાયલયમાં રજૂ કરવામાં આવ્યો. ત્યાં એને ચાર વર્ષની જેલ થઈ. જેલની ચક્કી પીસતાં પીસતાં પણ એને પેલું મોતી યાદ આવી રહ્યું.

હંસ દૂર ઝાડ પર બેસીને એનો તાલ જોતું હતું. સિપાહી એને પકડી ગયા. એટલે હંસે હાશ કરી અને સીધો તે સરોવરની પાળે આવ્યો. તેનો ફફડાટ સાંભળીને માછલી પણ સપાટી પર આવી અને બોલી, 'હંસ ! હવે તું આભાર ન માનતો. તને મદદ કરવી એ મારો મિત્રધર્મ છે.' બન્ને હસી પડ્યાં.

'હે કુમારો ! સારા અને સાચા મિત્રો જ દુઃખમાં મદદ કરે છે. અને લોભી જ વધુ ગુમાવે છે.'

9
યુદ્ધનું મૂળ

• ૯. યુદ્ધનું મૂળ

એક શહેરની બહાર બહુ વિશાળ વડનું ઝાડ હતું. તેની ડાળીઓ ક્યાંને ક્યાં સુધી ફેલાયેલી હતી. તેના પર પુષ્કળ કાગડાઓ રહેતાં હતા. એમાં છેક ઉપર કાગડાઓનો એક રાજા રહેતો હતો. તેની નજીક ગુફાઓમાં ઘુવડો અને એમનો રાજા રહેતો હતો. બન્ને પક્ષીની જાતનાં હતાં પણ બન્ને પ્રજા વચ્ચે સહેજ પણ બનતર ન હતું. તેઓ એકબીજાને જુએ કે મારી જ નાખે. રાત્રે ઘુવડો લાગ મળતાં જ કાગડાનાં બચ્ચાં અને ઈંડાં ખાઈ જતાં.

એમાંયે ઘુવડના રાજાએ તો પોતાની પ્રજાને આદેશ આપેલો કે, જો કોઈ કાગડો નજરે ચઢે તો તરત જ મારી નાખવો. રાત્રે ઘુવડોને કાગડા દેખાતાં એટલે ઘુવડો કાગડાને મારી નાખતાં. તેમનાં ઈંડાં અને બચ્ચાં ખાઈ જતાં. પણ બખોલોમાં સંતાયેલા ઘુવડો કાગડાઓને દેખાતાં નહિ. એટલે એક ઘુવડ કાગડાઓના દાવમાં આવતું નહિ.

એક દિવસ કાગડાના રાજાએ પોતાના મંત્રીઓને બોલાવ્યા અને પૂછ્યું, 'આ ઘુવડો રાત્રે એકલદોકલ કાગડાને મારી નાખે છે. આથી આપણી જાતિને બહુ નુકસાન થઈ રહ્યું છે. આ સિલસિલો ચાલુ રહ્યો તો એક દિવસ આપણી સમસ્ત જાતિનો નાશ થઈ જશે. આપણે તેઓને શોધી શકતા નથી. તેઓ ક્યાં રહે છે તેની આપણને જાણ નથી. એટલે એ લોકોને આપણા તરફથી કોઈ નુકસાન થતું નથી. એટલે હવે આપણે આપણી જાતિના ભલા માટે શું પગલાં લેવાં જોઈએ તે મને કહો.'

પહેલો મંત્રી કહે, 'જો શત્રુ બળવાન હોય તો લડાઈ ન કરવી જોઈએ. સંધિ કરી લેવી જ હિતાવહ છે. કારણ કે પ્રાણ બચી ગયાં હોય તો બધું જ થઈ શકે છે. ગુરુ બૃહસ્પતિનું કહેવું છે કે, સામ, દામ અને ભેદથી શત્રુને હરાવવા કોશિશ કરવી. આ ત્રણ વાત નિષ્ફળ જાય ત્યારે જ યુદ્ધરૂપી દંડ કરવો. અને વિજયની આશા ન હોય તો સંધિ કરવી સારી.'

પછી રાજાએ બીજા મંત્રીને પોતાનો અભિપ્રાય રજુ કરવા કહ્યું. ત્યારે તેણે કહ્યું, 'હે રાજન્! સંધિ ન કરવી જોઈએ. શત્રુ ઝૂકીને સંધિ કરવા ઈચ્છે તો પણ સંધિ ન જ કરવી.

શત્રુ બળવાન હોય તો તેને બળથી નહિ, છળથી મારવો. બુદ્ધિ, હિંમત અને ઉત્સાહ મોટામાં મોટા શત્રુઓને હટાવી દે છે.'

એ પછી કાગરાજે ત્રીજા મંત્રીને પૂછ્યું, 'મંત્રીવર ! તમે મને શું સલાહ આપો છો ?'

ત્રીજો મંત્રી કહે, 'મહારાજ ! આપણે જાણીએ છીએ કે, શત્રુ ઘણો બળવાન અને અનીતિમાન છે. માટે તેની સાથે યુદ્ધ કરવું પણ ઉચિત નથી. તેમ સંધિ કરવી પણ ઉચિત નથી. શત્રુ પર વિજય મેળવવા માટે એ મૂશ્કેલીમાં હોય ત્યારે હુમલો કરવો. અને એના અન્ન-જળના ભંડારનો નાશ કરવો. જેથી તેને જીતી શકાય છે. માટે કારતક કે ચૈત્ર મહિનામાં હુમલો કરવો.'

રાજાએ ચોથા મંત્રીને પૂછ્યું, 'તમારો શો અભિપ્રાય છે ?'

'મહારાજ ! આપણે આપણું નિવાસસ્થાન બદલવું ન જોઈએ. આપણે આપણા સ્થાન પર રહીને જ લડવું જોઈએ. તો અવશ્ય આપણી જીત થશે. બળવાન હાથીને પણ મગર પાણીમાં ખેંચી જાય છે. પણ પાણી બહાર એક કૂતરાથી પણ હારી જાય છે.'

છેલ્લે કાગરાજે પાંચમાં મંત્રીને પોતાનો અભિપ્રાય જણાવવા કહ્યું.

પાંચમા મંત્રીએ કહ્યું, 'આપણે મિત્રોની મદદ માગવી જોઈએ. મિત્રોની સહાય લઈને અધિક બળવાન થવું અને શત્રુને પરાજિત કરવો એ જ બધી રીતે ઠીક ઉપાય લાગે છે.'

એ પછી રાજાએ પોતાના રાજ્યમાં વસતા એક સૌથી ઘરડા કાગડાને બોલાવી પૂછ્યું,

'હે વડીલ ! તમે અતિ વૃદ્ધ છો, અતિ અનુભવી છો. પાંચે મંત્રીઓની વાત તમે પણ સાંભળી છે. તો તમે કહો, મારે શું કરવું જોઈએ ?'

ઘરડો કાગડો ઝૂકીને રાજાને કહેવા લાગ્યો. 'હે મહારાજ ! પાંચે મંત્રીઓની વાત નીતિશાસ્ત્ર અનુસાર સાચી અને યોગ્ય છે. જેવો સમય હોય તેવી યોજના બનાવવી જોઈએ. વળી રાજન્! શત્રુ બળવાન હોય ત્યારે યુદ્ધ કે સુલેહ કરીને નિશ્ચિત બનવું ન જોઈએ. શત્રુના મનમાં વિશ્વાસ પેદા કરીને પણ આપણે તેના તરફ અવિશ્વાસુ રહેવું જોઈએ. લોભ-લાલચથી તેને ખતમ જ કરવો જોઈએ.'

'રાજાએ ગુપ્તચરો દ્વારા આ કામ કરાવવું જોઈએ. સાધારણ પ્રાણી આંખોથી જુએ છે. બ્રાહ્મણ શાસ્ત્રોથી જુએ છે. અને રાજા ગુપ્તચરો દ્વારા જુએ છે. જે રાજા ગુપ્તચરો દ્વારા દુશ્મનોની ગતિવિધિ પર ધ્યાન રાખે છે તે કદી હારતો નથી.'

'વડીલ ! ગુપ્તચરો કેવી રીતે મોકલવા જોઈએ ?' કાગરાજે પૂછ્યું.

'મહારાજ ! પહેલાં એ કહો, ઘુવડો અને આપણી વચ્ચે આટલી ભયંકર શત્રુતા કેમ છે ?'

'એની પાછળ એક ઇતિહાસ છે. એક વાર પક્ષીઓની સભા મળી. હંસ, મોર, કાબર, બગલાં, કબૂતર, ચકલી, કોયલ, બુલબુલ, ઘુવડ, બાજ, પોપટ, લક્કડખોદ, વગેરે સર્વ પક્ષીઓ આ સભામાં આવ્યાં હતાં. મારા પરદાદા ત્યારે ક્યાંક ગયા હતા. એટલે તે આ સભામાં ન હતા. બગલા કહે,

'હે પક્ષીઓ ! આપણા રાજા ગરુડ છે. પરંતુ તે સદા ભગવાન વિષ્ણુના ભક્ત હોવાથી વૈકુંઠમાં જ રહે છે. તેમનો બધો સમય પ્રભુની ભક્તિમાં જાય છે. એટલે તેઓ આપણું સહેજે ધ્યાન રાખતા નથી. આપણા સુખદુઃખમાં ભાગ લેતાં નથી કે આપણને કોઈ મુશ્કેલીમાંથી

ઉગારતા નથી. આવા રાજાનો અર્થ શો ?'

મોર કહે, 'જે રાજા પ્રજાનું રક્ષણ કરતો નથી તે યમરાજ સમાન છે. અને રાજાના રક્ષણ વિનાની પ્રજા સમુદ્રમાં સુકાન વગરની નાવ જેવી બની જાય છે. અને છેલ્લે ડૂબી જાય છે. માટે આપણે એવો રાજા પસંદ કરવો જોઈએ, જે આપણા સમાજમાં જ રહેતો હોય, બળવાન હોય, આપણાં સુખદુઃખથી માહિતગાર રહીને આપણી રક્ષા કરતો હોય.'

બધાં પક્ષીઓ બોલી ઊઠ્યાં : 'બરાબર ! બરાબર !'

હવે નવો રાજા બનાવવો કોને ? ત્યારે ઘુવડે કહ્યું, 'હું રાજા બનીશ. અને તમારી રક્ષા કરીશ.' પક્ષીઓએ તે વાતમાં સંમતિ આપી. અને આમ ઘુવડને પક્ષીઓનો રાજા બનાવવાની તૈયારી થવા માંડી. ત્યાં જ કાગડો આવ્યો. તે પૂછવા લાગ્યો : 'આટલાં બધાં પક્ષીઓ કેમ ભેગાં થયાં છો ? આજે શું છે ? કોઈ ઉત્સવ છે ?'

ત્યારે ચકલીએ કહ્યું, 'કાગડાભાઈ ! ઘુવડને રાજા બનાવવાનો બધાએ નિર્ણય કર્યો છે.'

'કેમ ?' કાગડાને આશ્ચર્ય થયું.

કાબરે માંડીને સભામાં થયેલી સર્વ વાત કાગડાને કરી.

'અરે ભાઈઓ !' કાગડાએ બધાને કહેવા માંડ્યું, 'આ તમે એકદમ ખોટું કરો છો ! આ ભયાનક દેખાવવાળું પક્ષી આપણો રાજા બને એમાં આપણી ઇજ્જત શું ? વળી તે દિવસે અંધ બની જય છે. તો તે આપણી રક્ષા શું કરવાનું ? આપણે ખુલ્લામાં ફરનારા છીએ જ્યારે આ તો સદા સંતાઈને રહેવાવાળું પક્ષી છે ! આપણા બોલ અને સહવાસ મનુષ્યોને ગમે છે. જ્યારે આનું ડાચું જોવાનુંયે મનુષ્યો પસંદ કરતાં નથી. એના તો અવાજથી બધાં થથરી જાય છે. એ તો તદ્દન અપશુકનિયાળ છે. આને રાજા બનાવવો એ તો મહા મૂર્ખાઈનું કાર્ય છે.'

બધાં પક્ષીઓ આ નિવેદનથી થંભી ગયાં. બધાંને લાગ્યું, કાગડાની વાત સોળ આના સાચી છે. આના તો બધા જ ક્રમ આપણાથી ઊલટા છે. ઘુવડ તો રાજા બનવા માટે તદ્દન અયોગ્ય છે. બધાંએ ઘુવડને રાજા બનાવવાનું તત્કાળ માંડી વાળ્યું અને ગરુડને જ રાજા માની બધા પંખીઓ ઊડી ગયાં.

ઘુવડ કાગડા પર અત્યંત ગુસ્સે થઈ ગયું. તેણે કહ્યું, 'આજે તેં મારું બહુ જ બૂરું કર્યું છે. અને મને બેઇજ્જત કર્યું છે. તલવારનો ઘા રુઝાઈ જાય પણ કડવા બોલનો મન પર પડેલો ઘા કદી રુઝાતો નથી. તેં મારા મન પર ઘા કર્યો છે. આજથી તું મારો મહાશત્રુ છે. મારો સમાજ તારા સમાજને જ્યાં જોશે ત્યાં મારશે.' કહીને ઘુવડ ચાલ્યું ગયું.

'બસ ! ત્યારથી આપણી અને ઘુવડોની શત્રુતા ચાલતી આવે છે.'

'મહારાજ ! આપના પરદાદાની વાત સાચી હતી. તેમણે સભામાં સત્ય બોલીને પંખીસમાજ પર મોટો ઉપકાર કર્યો છે. ક્યાં સર્વગુણસંપન્ન, શક્તિશાળી અને રૂપવાન વિષ્ણુભક્ત ગરુડ અને ક્યાં નિશાચર, દુષ્ટબુદ્ધિ, કદરૂપું અને અપશુકનિયાળ ઘુવડ ! પંખીઓમાં આપણી જાત વધુ ચાલાક ગણાય છે. આજે આપણી કસોટીનો સમય આવી ગયો છે. આપણે ઘુવડોનો નાશ કરવો જોઈએ. તે માટે હું મારો પ્રાણ પણ આપવા તૈયાર છું.'

'આપણે શું કરી શકીએ ?'

'હું ગુપ્તચર બનીને ઘુવડોની વચ્ચે જઈશ અને તેઓનો નાશ કરીશ.'

'પરંતુ તમે જશો કેવી રીતે ?'

'તેનો એક ઉપાય છે. સંધ્યાકાળે તમે મારી સાથે ખોટો ઝઘડો કરો અને ઘાયલ કરીને ફેંકી દો. હું કોઈ પણ ઉપાયે ઘુવડોના પક્ષમાં ભળી જઈશ. અને તેઓના ભેદ જાણી, તેઓનું રહેઠાણ શોધી, તેઓનો નાશ કરીશ. તમે મને શત્રુ ઘોષિત કરીને આ વૃક્ષ છોડી પહાડો પર ચાલ્યા જાઓ.'

'સારું, તમે કહો છો તેમ જ થશે.' કાગરાજે સંમતિ આપી.

ધીરે ધીરે સાંજ પડી. પક્ષીઓ માળામાં જવા લાગ્યાં. અને ચામાચિડિયાં, ઘુવડો વગેરે નિશાચરો જાગવા લાગ્યાં. ત્યારે કાગડાઓએ પેલા વૃદ્ધ કાગડા સાથે ઝઘડવાનો પ્રારંભ કર્યો. ઝઘડો વધતાં બધાંએ તેને ખાલી ખાલી મારવો શરૂ કર્યો અને તેને ફેંકીને દૂર દૂર પહાડ પર ચાલ્યા ગયા.

રાત્રિ પડી. ઘુવડો ફરવા નીકળ્યાં ત્યાં જ તેમને ઘાયલ પડેલો કાગડો દેખાયો. તેઓ તેને મારી નાખવા ભેગા થયાં. ત્યારે કાગડો બોલ્યો, 'ભાઈઓ ! મારે તમારા રાજાને મળવું છે. પછી ભલે તમે મને મારી નાખો. મારી આટલી વિનંતી માન્ય રાખો.'

ઘુવડોને થયું, આ અધમૂઓ કાગડો ભલે રાજાને મળી લેતો. એ આપણું કંઈ બગાડી શકવાનો નથી. અડધો મરેલા જેવો જ દેખાય છે. આપણે પૂરો મારી નાખીશું.'

ઘુવડો કાગડાને પોતાના રાજા પસે લઈ ગયા.

ઘુવડના રાજાએ પૂછ્યું, 'આ દુશ્મનને અહીં કેમ લાવ્યા છો ?'

'મહારાજ ! એ આપને મળવા માગે છે.' એક ઘુવડે કહ્યું.

'કહે, તું મને કેમ મળવા માગે છે ?' રાજાએ કાગડાને પૂછ્યું.

'મહારાજ ! અમારો રાજા બહુ લુચ્ચો અને સ્વાર્થી છે. મેં જરાક તમારાં વખાણ કર્યાં ત્યાં તો મને મરણતોલ માર મારી ફેંકી દીધો. હવે તો હું તમારા શરણે છું. મને મારવો કે જિવાડવો એ તમારે જોવાનું છે.'

રાજાએ મંત્રીઓને પૂછ્યું, 'હે મંત્રીઓ ! મારે શું કરવું જોઈએ ?'

એક વૃદ્ધ મંત્રીએ કહ્યું, 'દુશ્મન એટલે દુશ્મન. એને મારી નાખવો જ ઉચિત છે.'

પરંતુ બીજા જુવાન મંત્રીએ કહ્યું, 'હે રાજન ! આપણા હાથમાં અનાયાસે સોનેરી મોકો આવ્યો છે. શત્રુમાં ફૂટ પડે એ આપણા લાભમાં ઊતરે છે. આને આપણે ગુપ્તચર બનાવીએ. એ આપણા દુશ્મનોનો ભેદ જાણીને આપણને કહેશે. એટલે આપણે કાગડાઓને મારી નાખી તેમનું નામનિશાન આ પૃથ્વી પરથી મિટાવી દઈશું.'

રાજાને પણ યુવાન મંત્રીની વાત ગમી ગઈ. તેણે ઘાયલ કાગડાને કહ્યું, 'શરણે આવેલાની રક્ષા કરવી અમારો ધર્મ છે. અમે તમારી રક્ષા કરીશું પરંતુ તેના બદલામાં તારે તારા સમાજના, તારા રાજાના અને તારા રાજ્યના ભેદ જાણી લાવવા પડશે. તું આ કામ કરી શકશે ?'

'મહારાજ ! હું જરૂર તમારું કામ કરીશ. મને મારા સમાજ અને રાજા પર બહુ ગુસ્સો આવ્યો છે. હું તેઓને ખતમ કરીને જ જંપીશ. જુઓને, તેમણે મને કેવો માર માર્યો છે ! તેમણે મારી બહુ બેઇજ્જતી કરી છે. હું તમને બધા જ ભેદ કહીશ. મને તમારો સેવક સમજો.'

ઘુવડનો રાજા આ સાંભળી ખુશ થઈ ગયો. અને કાગડાને જીવતદાન આપ્યું.

આમ વૃદ્ધ કાગડાની યુક્તિ સફળ થઈ. તે દુશ્મનના પક્ષમાં ભળી ગયો.

પરંતુ વૃદ્ધ મંત્રીને એ ન ગમ્યું. એને કાગડા પર જરાયે વિશ્વાસ ન બેઠો. એ પોતાના પરિવાર, સેવકો અને મિત્રોને લઈને દૂર દૂર ભાગી ગયું. તેના જવાથી કાગડો ખુશ થઈ ગયો. 'ચાલો, બલા ટળી. એ વધારે હોંશિયાર હતો. અહીં રહ્યો હોત તો મારી યોજનાને ઊંધી વાળી દેત. હવે જે છે તેમાં કોઈ એવું બુદ્ધિમાન નથી કે મારી ચાલને પારખે. જે રાજા પાસે બુદ્ધિમાન મંત્રી નથી હોતા તેનો જલદી વિનાશ થાય છે.'

કાગડો પોતાનો માળો બનાવવાને બહાને ગુફાની આજુબાજુ સૂકી લાકડીઓ લાવવા લાગ્યો. બે-ત્રણ દિવસ રહીને એણે ઘૂવડના રાજાને માહિતી આપી કે કાગડાઓની સંખ્યા કેટલી છે ? તેઓ કયા વૃક્ષ પર રહે છે ?

ઘૂવડોએ કહ્યું, 'તો તો આપણી સંખ્યા તેમનાથી વધુ છે. માટે હવે હુમલો કરવો જોઈએ.'

કાગડાએ કહ્યું, 'જરા ધીરજ રાખો. હજી ઘણી માહિતી મારે મેળવવાની છે. અને તેમને મારવાનો ઉપાય પણ શોધવાનો છે.'

ઘૂવડોને હવે કાગડા પર પૂરો વિશ્વાસ બેસી ગયો કે આ કાગડો આપણો જ થઈ ગયો છે. એટલે તેની ગતિવિધિ પર કોઈએ ધ્યાન ન આપ્યું.

કાગડો બનતી ઝડપે સૂકી લાકડીઓ ભેગો કરતો રહ્યો.

'હે કુમારો ! બુદ્ધિમાન મંત્રીઓ શક્ત્રુઓનો વિનાશ કરે છે. અને રાજ્યને આબાદ રાખે છે. વળી શત્રુપક્ષના માનવીનો કદી વિશ્વાસ ન કરવો.'

અને એક દિવસ ઊડતો ઊડતો એ પોતાના રાજા પાસે પહાડ પર પહોંચ્યો.

'મહારાજ ! આપણી તરકીબ સફળ થઈ છે. મેં ઘૂવડોનો નાશ કરવાની યોજના તૈયાર કરી નાખી છે. તમે જલદી મારી સાથે ચાલો.'

રાજા પોતાના મંત્રીઓ સાથે એ વૃદ્ધ કાગડા સાથે ઘૂવડોની ગુફા પાસે આવ્યો. કાગડાએ પોતાની ચાલ સમજાવીને સૂકી લાકડીઓ બતાવી. પછી બધા વૃદ્ધ કાગડાના કહેવાથી અગ્નિ શોધવા નીકળ્યા. રાજાને એક સળગતી લાકડી દેખાઈ. તેણે તે ઉપાડી અને ઘુવડની ગુફા આગળ ફેંકી. ધીરે ધીરે સૂકી લાકડીઓ સળગવા લાગી. અને એ આગ ગુફામાં પણ પ્રસરી ગઈ. ધુમાડાથી ગુંગળાતાં ઘૂવડો અને તેનો રાજા બખોલોમાંથી બહાર નીકળ્યાં તે સાથે જ બળીને ભડથું થઈ ગયાં.

મંત્રીઓ બીજા કાગડાઓને પહાડ પરથી બોલાવી લાવ્યાં અને ફરી કાગડાઓ પોતાના અસલ નિવાસસ્થાન પર શાંતિથી રહેવા લાગ્યાં.

કાગરાજે પેલા વૃદ્ધ કાગડાને મુખ્ય મંત્રી બનાવી અનેક ભેટો આપી.

10
માણસનો સાથી

• ૧૦. માણસનો સાથી

પહેલાં ઘોડા જંગલમાં જ રહેતા હતા.

એક વાર એક ઘોડાને વિચાર આવ્યો કે, કોઈ શક્તિશાળી મિત્ર બનાવવો જોઈએ. જેથી તે મુશ્કેલીના સમયમાં આપણને મદદ કરે. અને તેની સાથે સમય પણ સરસ પસાર થઈ જાય. અને આ વિચાર એણે તરત જ અમલમાં મૂક્યો. વધુ શક્તિશાળી જંગલમાં કોણ ? એની ઘોડાને કંઈ ખબર ન હતી. આથી તેણે ત્યાંથી પસાર થતાં વરુને ઊભું રાખ્યું, અને કહ્યું, 'વરુભાઈ ! તમે મારા દોસ્ત બની જાઓ, એક સે ભલા દો.'

'સારું.' વરુએ કહ્યું. અને બન્ને દોસ્ત બની ગયાં. બન્ને સાથે ફરે. જાતજાતની વાતો કરે અને લહેરમાં રહે.

એક દિવસ ઘોડાને શિકારી પ્રાણીની ગંધ આવી. તે તો જોરમાં ઉછળ્યો. અને હણહણવા મંડ્યો.

વરુએ કહ્યું, 'ઘોડાભાઈ ! તમે ચૂપ રહો. રીંછ-બીંછ હશે તો આપણી ચટણી બનાવીને ખાઈ જશે.'

બન્ને ભાગ્યાં. ભાગદોડમાં બન્ને છૂટાં પડી ગયાં. ઘોડાએ વિચાર્યું, આ વરુ રીંછથી બીએ છે. એનાથી રીંછ વધુ શક્તિશાળી હશે ત્યારે ને ! આપણે તો વધુ શક્તિશાળી હોય તેની સાથે જ દોસ્તી રાખવી. ઘોડાએ વરુની દોસ્તી તોડી નાખી. એને એક રીંછ મળ્યું. તેની સાથે દોસ્તી બાંધી. બન્ને સાથે રહેવા લાગ્યાં. સાથે ફરવા લાગ્યાં.

એક દિવસ રાત્રે અચાનક ઘોડાને શિકારી પ્રાણીની ગંધ આવી. તે તો હણહણાટી પર હણહણાટી કરવા લાગ્યો. રીંછ ગભરાયું. તેણે કહ્યું, 'ઘોડાભાઈ ! ચૂપ રહો. નજીકમાં સિંહ-બિંહ હશે તો તમારો અવાજ સાંભળી અહીં આવી પડશે અને આપણી કચુંબર કરી નાખશે.'

ત્યાં જ સિંહની ત્રાડ સંભળાઈ. બન્ને જીવ લઈને નાઠાં. રીંછ ધીરું અને ઘોડો તેજ. એ તો દોડતો દોડતો ક્યાંનો ક્યાં પહોંચી ગયો. ઘોડાને વળી વિચાર આવ્યો કે, આ રીંછ સિંહથી

બીએ છે. માટે એના કરતાં સિંહ વધુ શક્તિશાળી. આપણે તો બસ શક્તિશાળી હોય તેની સાથે જ દોસ્તી રાખવી.

ઘોડાએ રીંછની દોસ્તી તોડી નાખી અને પહોંચી ગયો સિંહ પાસે. સિંહને કહ્યું, 'હે સિંહ ! તું મારી સાથે દોસ્તી કર.' સિંહ એકલો જ હતો. એને થયું, ચાલો બે જણા હશે તો સમય જલદી વીતશે. એટલે બન્ને દોસ્ત બન્યા. બન્ને પોતાના અનુભવોની વાત કરે અને ફરે. એક વાર ફરી ઘોડાને કંઈ શિકારી પ્રાણીની ગંધ આવી. એ તો બે પગે ઊભો થઈ હણહણવા લાગ્યો. સિંહે કહ્યું, ચૂપ થઈ જા. આટલા તેટલામાં કોઈ માણસ હશે તો આપણા બન્નેનું આવી બનશે.'

ઘોડો વિચારમાં પડી ગયો. આ સિંહ તો માણસથી બીએ છે. માટે માણસ જ સૌથી શક્તિશાળી છે. હું માણસ સાથે દોસ્તી બાંધીશ. બીજે દિવસે ઘોડો સિંહની દોસ્તી તોડીને ચાલ્યો ગયો. ફરતો ફરતો જંગલના છેડે પહોંચ્યો. ત્યાંથી ગામ શરૂ થતું હતું. ઘોડો આગળ વધ્યો. એણે જોયું તો ત્યાં માણસોની વસ્તી હતી.

અને એણે એક માણસ સાથે દોસ્તી બાંધી. 'હે કુમારો ! બસ ! ત્યારથી ઘોડો માણસ સાથે જ દોસ્તી રાખતો આવ્યો છે.'

11
માણસજાત નગુણી

• ૧૧. માણસજાત નગુણી

એક ગામની બહાર નાનું તળાવ હતું. તેમાં એક મગર રહેતો હતો. એ મગરને લીધે કોઈ એ તળાવના પાણીનો ઉપયોગ કરતું નહિ. એક વાર ચોમાસામાં વરસાદ પડ્યો નહિ. અને પછી આવ્યો શિયાળો. શિયાળા પછી આવ્યો ઉનાળો. તાપ તો તાપ. તળાવનું પાણી તદ્દન જ સુકાઈ ગયું. મગર ગભરાયો. પાણી વગર કઈ રીતે રહેવાય !

મગરને કંઈ સૂઝે નહિ. એને થયું, આપણા તો રામ રમી જવાના. જાડા રગડા જેવા કાદવમાં એ રહેવા લાગ્યો. એક દિવસ એ તળાવ પાસેથી એક ખેડૂત પસાર થતો હતો. મગરે એને જોયો. એને થયું, જો આ માણસ મને ઊંચકીને બીજા કોઈ પાણીવાળા તળાવમાં નાખે તો હું બચી જાઉં. એણે તરત જ તેને બૂમ મારી : 'એ ભાઈ ! મારી વાત સાંભળ !'

ખેડૂતે જોયું તો તળાવમાં રહેલો મગર એને બોલાવતો હતો. એ ગભરાતો ગભરાતો જરા નજીક ગયો. મગર સમજી ગયો કે, માણસ મારાથી બીએ છે. એટલે નજીક નથી આવતો. એણે કહ્યું, 'ભાઈ ! તું ગભરા નહિ. હું તને શું કરી શકવાનો હતો ? પાણી વગર હું મરવા પડ્યો છું. તું મારો ભગવાન ! મારું એક કામ ન કરે ?

ખેડૂતને મગર પર દયા આવી. બિચારો પાણીનો જીવ. પાણી વગર કઈ રીતે જીવવાનો હતો ! એ વધુ નજીક આવ્યો અને બોલ્યો : 'કહે, તને મારું શું કામ પડ્યું ?'

'તું જુએ છે કે પાણી વગર હું જીવી શકું તેમ નથી. અને હવે આ તળાવ આ બળબળતા તાપમાં થોડા દિવસમાં જ સૂકુંભઠ્ઠ થઈ જશે. પછી હું કેવી રીતે જીવીશ ? એક ઉપાય છે કે, તું મને ઊંચકીને કોઈ વધારે પાણી હોય તેવા તળાવમાં મૂકે તો મારો જીવ બચે.'

'બાપ રે ! તને ઊંચકીને બીજા તળાવમાં મૂકું ? બીજા તળાવ સુધી જવાનું તો બાજુએ રહ્યું... તને ઊંચકવા આવું એટલે જ તું મને ચાઉં કરી જાય. તારા જેવા યમદૂત પાસે આવે કોઈ ? તું જીવે ન જીવે, મારાં બાયડી-છોકરાં તો રખડી જ જાય.' ખેડૂતે તો જવા માટે પગ ઉપાડ્યા. 'ના, બાપ ના ! જે મારો જીવ બચાવવા આવે એને હું ખાઉં ? તો તો હું બચું જ કેવી

રીતે ? તને ખાઉં પછી ? એથી આ તળાવમાં પાણી થોડું આવશે ? એ તો સુકાવાનું જ ! પછી તો મારે મરવાનું જ ને ! તારી જેમ મને મરવાની બહુ બીક લાગે છે. મારો ભરોસો કર. હું તને સહેજે દાંત નહિ લગાડું તો ખાવાની વાત ક્યાં આવી ? તું મારા પર આટલો ઉપકાર કર. જીવતદાન તો સૌથી મોટું દાન છે. હું તને નહિ ખાઉં. ભગવાનના સોગંદ !' મગર તો પુષ્કળ કાલાવાલા કરવા લાગ્યો.

ખેડૂતને થયું, મગરને જીવવાની ગરજ છે એટલે એ મને ખાશે તો નહિ જ. લઈ જવા દે બિચારાને ! નહિ તો આ સૂકાભઠ્ઠ તળાવમાં પાણી વગર રોટલાની જેમ શેકાઈને મરી જશે.

ખેડૂત સાહસિક હતો. એણે વિચાર્યું, આ જંગલની ધાર પર મોટું તળાવ છે. ત્યાં આને મૂકી દઉં. વળી એ નજીક છે. એટલે મારે પણ મગરને બહુ નહિ ઊંચકવો પડે. આમ વિચારી ખેડૂત મગરની નજીક ગયો. તોય એણે કંઈ ન કર્યું. એટલે સાહસ કરીને મગરને ઊંચક્યો અને એણે તો મગરને લઈને ચાલવા માંડ્યું. અને પહોંચ્યો પેલા તળાવમાં. ત્યાં પુષ્કળ પાણી હતું. અને તળાવમાં સહેજ ઊતરીને ખેડૂતે મગરને નાખ્યો પાણીમાં. તે સાથે જ મગર ઊછળ્યો અને પાણીમાં ડૂબેલા ખેડૂતના પગને ત્વરાથી પકડી લીધો.

ખેડૂત તો ગભરાયો અને પગ ખેંચવા લાગ્યો પણ મગર કંઈ પગ છોડે ! ખેડૂતથી તો પગ ચસક્યોયે નહિ. હવે ખેડૂત કરગરવા લાગ્યો : 'ભાઈ ! મગર ! મેં ઉપકાર કર્યો અને તને અહીં લઈ આવ્યો તેનો આ બદલો તું આપે છે ! મેં તને જીવનદાન આપ્યું અને તું મારો જીવ માગે છે ! તું મારો પગ છોડ. તેં ભગવાનના સોગંદ તોડી નાખ્યા ! સહેજ તો ભગવાનનો ડર રાખ !'

ત્યાં ખેડૂતની નજર એક લંગડા ઘોડા પર ગઈ. તેના મનમાં આશા જાગી કે, આ ઘોડાને મારા દુ:ખની વાત કરું. એ મગરને સમજાવે તો કદાચ મગર માની જાય. આમ વિચારીને એણે ઘોડાને બૂમ મારી : 'ઓ ઘોડાભાઈ ! જરા અહીં આવો અને આ મગરને સમજાવો.'

લંગડાતો લંગડાતો ઘોડો ખેડૂત પાસે આવ્યો અને બોલ્યો : 'શું છે ?'

ખેડૂતે બધી વાત ઘોડાને કરી અને કહ્યું, 'ઘોડાભાઈ, તમે મગરને સમજાવો કે, ઉપકાર પર અપકાર ન કરે અને મારો પગ છોડી દે.' ઘોડો કહે, 'મગરભાઈ ! આ માણસનો પગ છોડતાં જ નહિ. એને ખાઈ જ જાઓ. માણસની જાત એ જ લાગની છે. જુઓને હું આજ સુધી માલિક માટે કેટલું દોડ્યો ! માલિકને કેટલા બધા પૈસા કમાવી આપ્યા ! પણ મારો પગ તૂટ્યો અને હું કામ કરી શકવા માટે નકામો બની ગયો. એટલે તરત જ મને કાઢી મૂક્યો. આટલાં વરસની શરમ ન રાખી ! માણસની જાત તો તદ્દન નગુણી ! માટે તમે આ માણસને નહિ છોડતા.'

ખેડૂત તો ચૂપ જ થઈ ગયો. એને થયું, ઘોડાને બોલાવીને ભૂલ કરી ! એ તો ઊલટો મગરને ચઢાવવા બેસી ગયો. ત્યાં ખેડુતની નજર એક ગાય પર પડી. એણે ગાયને બોલાવી : 'ઓ ગાયમા ! ગાયમા ! જરા અહીં આવો.' ગાય તો ધીરે ધીરે ખેડૂતની નજીક ગઈ. એણે જોયું તો મગરે ખેડૂતનો પગ મોંમાં પકડી રાખેલો. ખેડૂતે પોતાની રામકહાણી ગાયને કહી સંભળાવી અને મગરને સમજાવવા વિનંતી કરી.

ગાયે કહ્યું, 'મગરભાઈ ! આ માણસની જાત તો તદ્દન નગુણી. એને ખેંચી જ જાઓ, તળાવમાં. મેં આખી જિંદગી દૂધ દીધું... રૂપાળાં વાછરડાં દીધાં.. પણ હું વસુકી ગઈ એટલે મારો માલિક મને કતલખાને મોકલતો હતો. માંડ માંડ ભાગીને હું અહીં આવી છું. આવી માણસની જાત પર કેવી દયા કરવાની ? મારી જ નાખો આ ખેડૂતને !' ખેડૂત તો આભો જ બની ગયો. ગાય પણ મગરના પક્ષમાં ગઈ ! મગર તો ખુશ ખુશ થઈ ગયો હતો. એને થયું, માણસજાત સાથે દગો કરવામાં કંઈ પણ પાપ નથી. આ તો પુણ્યનું કામ છે.

ત્યાં જ માણસને શિયાળ દેખાયો. ખેડૂતને થયું, ઘોડો અને ગાય તો માણસ સાથે રહેનારા પ્રાણી, છતાં મારો બચાવ ન કર્યો તો આ તો માણસથી દૂર રહેનારું પ્રાણી ! એ શું કામ મારો બચાવ કરે ? છતાં નસીબ અજમાવવા તો દે ! આમે મરવાનું જ છે ને ! એણે તો શિયાળને બૂમ મારી : 'ઓ શિયાળભાઈ ! જરા આમ આવો ને !'

શિયાળ તો ખેડૂત પાસે ગયું. એટલે ખેડૂતે પોતાની આખી વાત શિયાળને કહી સંભળાવી અને કહ્યું, 'શિયાળભાઈ ! આ મગરને સમજાવો અને મને બચાવો !' શિયાળને થયું, આ ગરીબ ખેડૂતને બચાવવો જોઈએ. મગરે આ ખોટું કર્યું છે, પણ એ એમ કહે કે... 'મગર... મગર ! આ ખેડૂતનો પગ છોડી દે... એથી એ થોડો ખેડૂતનો પગ છોડી દેવાનો હતો ! કંઈક યુક્તિ કરવી જોઈએ એટલે એણે કંઈક વિચારીને મોટેથી કહ્યું, 'અરે ભાઈ ! તારી વાતમાં મને કંઈ સમજણ પડતી નથી. મગરભાઈ ! મને કહો કે વાત શું છે ! આ ખેડુત શું કહે છે !'

મગર તો ઘોડા અને ગાયની વાતથી બહુ ફુલાઈ ગયેલો એટલે એને થયું, શિયાળ પણ મારા કામને જ વખાનશે. એટલે કહેવા દે... મારા પરાક્રમની વાત... ! અને મગરે કહેવા માટે મોં ખોલ્યું... તે સાથે જ... માણસનો પગ છૂટ્યો... અને શિયાળે ઇશારો કરતાં જ ખેડૂત અને શિયાળ ભાગ્યાં... બન્ને સીમ સુધી ભાગ્યાં. પાછું વળીને જોવાય ન ઊભાં રહ્યાં...

ખેડૂતે શિયાળનો ખૂબ ખૂબ આભાર માન્યો અને ગામમાં ચાલ્યો ગયો. 'હે કુમારો ! દુષ્ટ પર ઉપકાર કરો તો તે તેનો બદલો અપકારથી જ વાળશે. માટે દુષ્ટથી દૂર જ રહેવું.'

12
બુલબુલની સલાહ

• ૧૨. બુલબુલની સલાહ

એક જંગલમાં ઘણાં બધાં વાંદરાં રહેતા હતાં. આખો દિવસ આ ડાળથી પેલી ડાળ, આ ઝાડથી પેલું ઝાડ... બાસ કૂદાકૂદ કરે. મીઠાં મીઠાં ફળ ખાય, ખાટી ખાટી આમલી ખાય. આમ તો એમને બધી વાતે સુખ હતું પણ એક વાતનું બહુ દુઃખ.

શિયાળો આવે એટલે ઠંડીમાં ઠરી જાય. દુઃખી દુઃખી થઈ જાય. ઘર બનાવતાં તેઓ શીખેલાં જ નહિ. વળી શિયાળામાં ઝાડનાં પાન પણ ખરી જાય એટલે એની હૂંફ પણ ઘટી જાય. એકવાર માગસર મહિનો ચાલે. કુદરત કોપી અને ભયાનક ઠંડી શરૂ થઈ. તેમાં પડ્યો કમોસમી વરસાદ. ઉપરથી સન... સન... કરતો ઠંડો પવન...

વાંદરાં તો તોબા પોકારી ગયાં. ભીંજાઈ ગયેલા એટલે ઠંડી વધારે લાગવા માંડી. બધાના તો દાંત કકડવા લાગ્યા. બધાં વાંદરાં ઠંડીથી બચવાનો ઉપાય શોધવા લાગ્યાં. ત્યાં એક વાંદરાની નજરે ચણોઠી ચડી. તેણે કહ્યું, ‘આ આગના ટૂકડા લાગે છે. એને ભેગા કરીએ. પછી એનું તાપણું કરીશું એટલે ઠંડી ઊડી જશે.’

બધાં વાંદરાં સંમત્ર થયાં. અને ચણોઠી ભેગી કરતાં હતાં ત્યાં એક બુલબુલનો માળો હતો. બુલબુલ પોતાના માળામાં બેસી વાંદરાંઓની આ ગતિવિધિ જોયા કરતું હતું. તેને થયું, આ મૂરખ વાંદરાઓને એટલી અક્કલ બથી કે આ ચણોઠી છે. કંઈ આગ નથી કે તેમની ઠંડી ઓછી થાય ! લાવ, હું તેઓને સમજાવું. એટલે આ ચણોઠી ભેગી કરવાની ખોટી મહેનત કરતાં મટે અને ઠંડીથી બચવાનો નવો ઉપાય શોધે.

બુલબુલે એક વાંદરાંને કહ્યું, ‘ભાઈ ! આ તો ચણોઠી છે. કંઈ આગ નથી. તમે નાહક એને ભેગી કરવાની મહેનત કરો છો. એનાથી તમને ઠંડી સામે કોઈ રક્ષણ મળવાનું નથી.’એઈ લપિયા ! તું તારે ચૂપ રહે. તને અક્કલ છે તે અમને ખબર છે. અમારા કામમાં માથું ન માર.‘ વાંદરાએ ગુસ્સે થઈને દાતિયું કર્યું અને કહ્યું :

'અમે આટલાં નાનાં નાનાં પક્ષી છીએ છતાં માળો બનાવી તેમાં રહીએ છીએ. જ્યારે તમે તો આટલા મોટા છો, તમને ભગવાને બે હાથ આપ્યા છે. અક્કલ આપી છે. તો તમે તમારું ઘર કેમ બનાવી લેતા નથી ! ઘર હોય તો ઠંડી ન લાગે ને !'

હવે વાંદરાંઓનું મગજ છટક્યું. આટલું વેંતનું બુલબુલ અમને સલાહ આપે ! ખલાસ !

વંદરાંઓએ તો ઝપા મારી બુલબુલને પકડી લીધું અને પીખી મરડીને નીચે ફેંકી દીધું. એનો માળો પણ તોડી હવામાં ઉડાડી મૂક્યો. બિચારા બુલબુલનાં તો તરત જ રામ રમી ગયાં. 'હે કુમારો ! મૂર્ખાઓને કદી સલાહ-સૂચન આપવાં નહિ. નહિ તો તેઓ આપણો જ વિરોધ કરશે અને આપણને જ નૂકસાન પહોંચાડશે.'

13
બીકણ સસલી

• ૧૩. બીકણ સસલી

એક જંગલમાં એક સસલી રહેતી હતી. તે સ્વભાવે ઘણી જ બીકણ હતી. નાનો સરખો અવાજ થાય કે તરત જ સંતાઈ જાય. આથી એ પૂરું ખાઈ ન શકે કે પૂરું પી ન શકે. એના મનને પળવારનીયે શાંતિ નહિ.

એક વાર એ ખોરાક માટે જંગલમાં ફરી રહી હતી. બીકથી એનું મન ફફડી રહ્યું હતું. પરંતુ ભૂખ એવી કકડીને લાગી હતી કે ખોપ્રાક શોધ્યા વગર છૂટકો ન હતો. હવે એ જે ઝાડ નીચે ફરી રહી હતી તે બોરનું ઝાડ હતું. એના પરથી એક પાકું મોટું બોર સસલી પર પડ્યું. તે સાથે જ સસલી ચમકી અને ભાગી. જીવ લઈને નાઠી. એને નાસતી જોઈને ત્યાં ફરતા એક હાથીએ પૂછ્યું, 'સસલીબાઈ ! સસલીબાઈ ! ક્યાં ભાગ્યાં ?'

સસલી ભાગતાં ભાગતાં બોલી, 'ભાગો રે ભાગો ! આભ પડ્યું છે ! સસલી ભાગતાં ભાગતાં બોલી, 'ભાગો રે ભાગો ! આભ પડ્યું છે !' એ સાંભળીને હાથી પણ ગભરાયો અને ભાગવા લાગ્યો. પછી તો ગભરાટમાં સસલી ભાગતી જાય અને એક સરખી બોલતી જાય . 'ભાગો રે ભાગો ! આભ પડ્યું છે !' સસલી સાથે હાથીને ભાગતો જોઈ, રીંછ ભાગ્યું. એ બન્નેને જોઈ વાંદરાં ભાગ્યાં, અને એ જોઈ પછી તો બધાં જ ભાગ્યા. સિંહ ભાગ્યો, વાઘ ભાગ્યો, વરુ ભાગ્યો, સુવ્વર ભાગ્યો, ગેંડો ભાગ્યો, ચિત્તો ભાગ્યો, દીપડો ભાગ્યો, બધાં જ પ્રાણીઓ ભાગી રહ્યાં હતાં.

આ બધી ધમાલ શિયાળે જોઈ. એ પૂછવા લાગ્યું, 'તમે બધાં ક્યાં ભાગો છો ?'

બધાં કહે, 'આભ તૂટી પડ્યું છે. તું પણ ભાગ.'

શિયાળને આશ્ચર્ય થયું. તેણે ઊંચે જોયું તો આભ તો એની જગ્યાએ જ હતું. તેણે દોડતાં દોડતાં સિંહને પૂછ્યું, 'મહારાજ ! તમે જરા ઊભા તો રહો ! અને ઊંચે જુઓ. આભ તો એની જગાએ જ છે.' સિંહ ઊભો રહ્યો એટલે બધાં ઊભાં રહી ગયાં. સિંહે ઊંચે જોયું તો આભ એની જગાએ જ હતું.

'અરે ! પેલી બીકણ સસલીએ તો આપણને ખોટા જ બિવડાવી માર્યા !' બધાં પ્રાણીઓ હસી પડ્યાં. અને પોતપોતાને રસ્તે ચાલ્યાં ગયાં.

અને સસલી તો બીકની મારી સંતાઈ જ ગઈ.

'હે કુમારો ! બીકણ માણસો કહે, તે વાતની ખાતરી કરવી. નહિ તો પેલાં પ્રાણીઓની જેમ મૂરખ ઠરવું પડે.'

14
પ્રપંચી કાગડો

• ૧૪. પ્રપંચી કાગડો

એક નગરની નજીક રળિયામણું ઉદ્યાન હતું. તેમાં દરેક જાતનાં પંખીઓ અને નિર્દોષ હરણ-સસલાં જેવાં પશુઓ રહેતાં હતાં.

તેમાં એક સફેદ દૂધ જેવી પાંખવાળો હંસ રહેતો હતો. સ્વભાવે પણ વિવેકી, નરમ અને પરગજુ. બધાં સાથે મીઠું મીઠું બોલતો. બધાંને મદદ કરતો. આથી આખા ઉદ્યાનમાં બધાં એને ખૂબ માન આપતાં. જાણે અજાણ્યે એ ઉદ્યાનનો રાજા જેવો બની ગયો હતો. છતાં એનામાં રતિભાર અભિમાન ન હતું.

એ જ ઉદ્યાનમાં એક કાગડો રહેતો હતો. રંગે કાળો એટલો જ મનનો કાળો. સ્વભાવે ઉધ્ધત, દ્વેષીલો અને લુચ્ચો. બધાંને કોઈ ને કોઈ વાતે હેરાન કરતો. બધાં પંખી ઘડીક જંપી ગયાં હોય તો કા... કા... કા... કા... કરીને સૂવા ન દેતો. આખું ઉદ્યાન પોતાના કર્કશ અવાજથી ગજાવી દેતો. એની દુષ્ટતાનો કોઈ પાર ન હતો. એને આ હંસ દીઠો ગમતો ન હતો.

ઘણી વાર હંસને પણ પજવતો પણ હંસ એની કોઈ વાત મનમાં લાવતો નહિ. જો કોઈ પક્ષી જોઈ જાય કે આ દુષ્ટ કાગડો હંસને હેરાન કરે છે, તો એ કાગડાને બરાબર મેથીપાક આપતાં. આથી કાગડાને હંસ પર ખૂબ જ વેર. એનાથી એનું સારાપણું જરાય ખમાતું ન હતું. પણ કરે શું ?

હવે એક વાર એવું બન્યું કે, એક વટેમાર્ગુ આ ઉદ્યાનમાં પ્રવેશ્યો. દૂર દૂરથી એ ચાલીને આવ્યો હતો. થાકથી એના સાન્ધેસાંધા દુઃખતા હતા. પગ તો લથડિયા ખાતા હતા. એને આ ઉદ્યાન અને તેની ઠંડક બહુ ગમી ગઈ. એ એક વૃક્ષ નીચે જ લાંબો થઈને સૂઈ ગયો. સૂતાવેંત જ એને નિદ્રા આવી ગઈ. એને નિદ્રાધીન થયાને ઘણો સમય વીતી ગયો. એટલે સૂર્યનો પ્રકાશ એના મોં પર પડવા માંડ્યો.

હંસે આ જોયું. એને થયું, બિચારો થાકેલો પાકેલો સૂતો છે. આ સૂર્યના તાપથી જાગી જશે. લાવ એના પર છાયા કરું. એણે તો પાંખો પ્રસારીને વટેમાર્ગુના મોં પર છાયા કરી.

હંસની આ ગતિવિધિ પેલો દુષ્ટ કાગડો નિહાળી રહ્યો હતો. એને થયું, આજે તો હંસ સાથે બરાબર વેર લઉં.

એ તો મંડી પડ્યો કા... કા... કરવા. વટેમાર્ગુ પાસે એણે એટલો બધો અવાજ કર્યો કે, તે જાગી ગયો. કાગડાએ જોયું કે, તે જાગી રહ્યો છે. એટલે એ તરત જ વૃક્ષ પર જઈને બેઠો જેની નીચે વટેમાર્ગુ સૂતો હતો. વટેમાર્ગુ સૂતેલો તેના માથા પરની ડાળી પર જ બરાબર કાગડો બેઠો. ચરક્યો અને ઊડી ગયો. કાગડાની ચરક સીધી વટેમાર્ગુના મોં પર પડી. એ એકદમ ગુસ્સે થઈ ગયો અને ઊંચે જોયું તો હંસ પાંખ પ્રસારીને બેઠો હતો. તેને થયું, આ હંસ જ મારા પર ચરક્યો લાગે છે. એણે તો પથ્થર લીધો અને તાકીને માર્યો હંસ પર. હંસના મર્મસ્થાન પર પથ્થર વાગતાં જ તે કળ ખાઈને નીચે પડ્યો અને તરફડીને મરણ પામ્યો.

વટેમાર્ગુ તો ચાલતો થયો. પંખીઓએ આ જોયું તો તેઓને બહુ જ દુઃખ થયું. તેઓને કાગડા પર બહુ ગુસ્સો આવ્યો. તેમણે બધાંએ ભેગાં મળી કાગડાને ઘેરી લીધો અને ચાંચો મારી મારીને પીંખી નાખ્યો... મારી નાખ્યો.

'હે કુમારો ! દુષ્ટોથી ચેતીને રહેવું. એ લોકો લાગ મળે આપણને નુકસાન કરે જ.'

15
દગો એક વાર

- ૧૫. દગો એક વાર

એક જંગલમાં શિયાળ રહેતું હતું. શિયાળ શરીરે નાનું. નાના નાના શિકાર કરે, તેનાથી એનું પેટ ન ભરાતું. વળી જંગલી મોટાં પ્રાણીઓનો પણ ડર રાખવો પડતો.

એક વાર એ ગામમાં ઘૂસ્યું. એને થયું, અહીંથી કંઈક ખાવાનું મળી રહે. પણ એને કૂતરાનો ખ્યાલ ન આવ્યો. કારણ કે એ પહેલી વાર ગામમાં પગ મૂકતો હતો.

શિયાળ ગામમાં ઘૂસ્યું એટલે કૂતરાં ભસવા માંડ્યાં. શિયાળ ગભરાયું. આ ગલીમાં દોડે તો કૂતરાં... પેલી ગલીમાં દોડે તો કૂતરાં... સામું દોડે તો કૂતરાં... પાછું વળે તો કૂતરાં... ડાબે જાય તો કૂતરાં... જમણે જાય તો કૂતરાં... ચારે બાજુ ભસાભસ થઈ રહી. શિયાળ બેબાકળું બની ગયું અને એક વરંડામાં ઘૂસી ગયું. ત્યાં એક કૂંડી ભરેલી હતી તેમાં સંતાવા ગયું. તેમાં પાણી હતું એટલે છપાક દઈને અંદર પડ્યું.

કૂતરાં ભસી ભસીને કંટાળ્યાં. અને ચાલ્યા ગયાં.

એકદમ શાંતિ પથરાઈ ગઈ એટલે શિયાળ કૂંડીમાંથી બહાર નીકળ્યું અને જંગલ તરફ દોટ મૂકી. રાત પૂરી થઈ... સૂર્ય ઊગ્યો... સવાર પડી એટલે આખું જંગલ રળિયામણું દેખાવા લાગ્યું.

પરંતુ આ શું ?

બધાં પ્રાણીઓ શિયાળને જોઈને ભાગવા લાગ્યાં. શિયાળને નવાઈ લાગી. મને જોઈને બધા ભાગે છે કેમ ? હું કંઈ સિંહ-વાઘ થોડો છું ? અચાનક એની નજર પોતાના શરીર પર ગઈ તો આખું શરીર ભૂરું... પગ ભૂરાં, પેટ ભૂરું, પૂંછડીએ ભૂરી. હવે તેને ખ્યાલ આવ્યો કે, રાત્રે એ જે કૂંડીમાં પડેલો તેમાં ભૂરા રંગનું પાણી હશે. અને એમ જ બનેલું. શિયાળ ઘૂસેલું તે ઘર રંગારાનું હતું. તેણે કૂંડીમાં ભૂરો રંગ તૈયાર કરી રાખેલો. તેમાં શિયાળ પડ્યું અને ભૂરું બની ગયું. શિયાળ તળાવે ગયું અને પાણીથી રંગ કાઢવા કોશિશ કરી પણ રંગ ન નીકળ્યો.

અચાનક શિયાળનાં મગજમાં એક યુક્તિ સૂઝી આવી. તે તો આનંદથી નાચવા લાગ્યું. પછી ઠાવકું બનીને જંગલમાં ફરવા લાગ્યું. તેને જોતાં જ હરણ, સસલાં, વરુ, રીંછ બધાં ભગવા માંડ્યાં. ત્યાં શિયાળે જરા ભારે અવાજ બનાવીને કહ્યું : 'ભાઈઓ ! ભાગો નહિ. ભાગો નહિ. હું તો દેવદૂત છું. શંકર દેવે મને મોકલ્યો છે. આ જંગલ પર રાજ કરવા માટે. મેં તેમની બહુ પૂજા કરી એટલે પ્રસન્ન થઈને તેમણે મને આ વરદાન આપ્યું છે. હવેથી હું આ જંગલનો રાજા છું. હું તમારી રક્ષા કરીશ. તમે ખાધેપીધે સુખી રહો તે જોવાની મારી જવાબદારી રહેશે.'

ધીરે ધીરે આ વાત જંગલમાં ફેલાઈ. બધાં ભૂરાં શિયાળ પાસે આવવા લાગ્યાં. અને એને પગે લાગવા માંડ્યાં. ગમે તેમ તોયે એ દેવદૂત હતો. પછી તો પ્રાણીઓએ એને સિંહાસન પર બેસાડી રીતસરનો રાજા બનાવ્યો. અને એને નમસ્કાર કરી કોઈ ને કોઈ વસ્તુ ભેટ આપવા લાગ્યાં.

શિયાળના તો રુઆબનો પાર નથી. આનંદનો પાર નથી. તેને થયું, તે સાચોસાચ દેવદૂત છે. ભગવાને મોકલેલો આ જંગલનો રાજા છે. તેણે સિંહને મંત્રી બનાવ્યો. વાઘને સેનાપતિપદ આપ્યું. હાથીઓને પાણી લાવવાનું કામ સોંપી દીધું. રીંછોને મધ લાવવાનું કામ સોંપ્યું. મોરને પંખો નાખવાનું કામ સોંપ્યું. બુલબુલને રાજગવૈયો બનાવ્યો. કબૂતરએ સંદેશવાહક બનાવ્યાં. સસલાંને સેવક બનાવ્યાં. ચિત્તા-દીપડાને દ્વારપાળ બનાવ્યા. પણ બધા શિયાળોને જંગલમાંથી તગેડી મૂક્યાં. જંગલમાં એકે શિયાળ ન રહ્યું.

ભૂરું શિયાળ તો જંગલનું રાજ કરવા લાગ્યું. અને એશઆરામથી સમય વિતાવવા લાગ્યું. ખાઈ ખાઈને તે તગડું બની ગયું.

એક વાર એક શિયાળ ભૂલથી એ જંગલમાં ઘૂસી આવ્યું. ખાઈ પીને તે મોટે સાદે ગાવા લાગ્યું. તેની લારી સાંભળી જંગલનો રાજા બનેલ શિયાળ પણ ગાવા લાગ્યું. તે ભૂલી ગયું કે, પોતે જંગલનો રાજા છે. રાજાને શિયાળની જેમ ગાતું સાંભળી બધાં પ્રાણીઓ ચમક્યાં. તેમને થયું, 'અરે ! આ તો શિયાળ છે ! તેણે તો આપણને બધાંને મૂરખ બનાવ્યાં.'

વધારે ખરાબ તો સિંહને લાગ્યું. સિંહ ખૂબ જ ગુસ્સે થઈ ગયો. શિયાળ સમજી ગયું કે, ભૂલમાં પોતે જ પોતાનો ભાંડો ફોડી નાખ્યો છે. હવે એની ખેર નથી રહેવાની. એ તો ભાગ્યું ઊભી પૂંછડીએ. પણ સિંહ કંઈ ભાગવા દે ! એક જ તરાપ મારી કે શિયાળનું પેટ ફાટી ગયું. સિંહે ગુસ્સામાં ગર્જના પર ગર્જના કરી જંગલને ગજાવી નાખ્યું.

'હે કુમારો ! દગો ક્યારેક જીવનું જોખમ બની જાય છે માટે દગો કરવો નહિ.'

16
ગધેડો, ગધેડો બન્યો

* ૧૬. ગધેડો, ગધેડો બન્યો

એક ઘનઘોર વનમાં એક સિંહ રહેતો હતો. એની ઉંમર ધીરે ધીરે ઢળવા આવી હતી. પરંતુ તે હમેશાં અકડાઈથી ચાલતો.તેની શાન ઘટે એ તેને જરાય ગમતું નહિ.

તેણે એક શિયાળને પોતાની સાથે રાખ્યું હતું. એ સિંહની ભરપૂર ખુશામત કરતું. સિંહને પોતાની ખુશામત બહુ ગમતી. સિંહ પોતાના શિકારમાંથી વધ્યુંઘટ્યું શિયાળને આપતો. અને શિયાળને પણ હરામનું ખાવામાં આનંદ આવતો હતો. બોલવાથી જ ભોજન મળતું હોય પછી હાથપગ શીદને હલાવવા ! આવી વાત શિયાળની હતી.

એક વાર સિંહ શિકારે નીકળ્યો. ત્યાં એની નજર એક હાથી પર પડી.હાથી અલમસ્ત હતો. સિંહે પોતાની આદત મુજબ હાથી પર તરાપ મારી. પરંતુ સિંહ એ વાત ભૂલી ગયો કે હવે તે ઘરડો થવા આવ્યો હતો. સિંહે તરાપ મારી ત્યારે હાથી સાવધ થઈ ગયો હતો. એણે સિંહનો દાવ ચૂકવી દીધો અને સિંહને કમ્મરેથી પકડી, ઘુમાવી, ઘુમાવીને દૂર ફેંક્યો. સિંહ એક પથ્થર સાથે અથડાયો. આથી તેનાં હાડકાં ખોખરાં થઈ ગયાં. હવે હાથી તેની સામે ધસી આવ્યો. સિંહ જીવ બચાવીને નાઠો. અને ગુફામાં ભરાઈ ગયો.

પરંતુ બીજે દિવસે તે ઊઠી ન શક્યો. તેનું આખું શરીર મારથી પિડાતું હતું. તેણે શિયાળને કહ્યું, 'હે શિયાળ ! આજ સુધી મેં તને બેઠાં બેઠાં ખવડાવ્યું છે. આજે હું બીમાર પડી ગયો છું. મારાથી શિકારે જઈ શકાય તેમ નથી. માટે તું કંઈક લઈ આવ. જેથી હું જલદી સાજો થાઉં અને ફરી શિકારે જઈ શકું.'

શિયાળ 'સારું' કહીને ગુફામાંથી બહાર નીકળ્યું. પરંતુ તેને શિકાર કરવા જવાનો કંટાળો આવતો હતો. હવે શું કરવું ? સિંહની વાત સાચી હતી. એને ખવડાવીએ તો જ એ ફરી શિકારે જઈ શકશે અને ફરી પોતાને બેઠાં બેઠાં ખવડાવી શકશે. એ ધીરે ધીરે ચાલવા લાગ્યો. અને વનની સરહદ પર આવ્યો. ત્યાં તેની નજર એક ગધેડા પર પડી. તે શાંતિથી ચરી રહ્યો હતો.

એ ગધેડા પાસે જઈને કહેવા લાગ્યો, 'અરે ! ગધેડાભાઈ, તમે કેમ છો ?'

'ઠીક છું. મારો માલિક બહુ જુલમી છે. મને ખાવા કંઈ આપે નહિ. આ જંગલ તરફ ધકેલી દે અને સવાર પડતાં વાર છે. કાન પકડી કામે ચઢાવી દેશે. એ... આખો દિવસ પુષ્કળ કામ કરાવે. હું તો બહુ કંટાળી ગયો છું.'

'ગધેડાભાઈ, મારું માનો તો આ વેઠમાંથી તમને છોડાવી દઉં.'

'કેવી રીતે ?' ગધેડાએ ઉત્સુકતાથી પૂછ્યું.

'તમે મારી સાથે જંગલમાં ચાલો. અમારા રાજા સિંહને મળો. એ બહુ ભલા છે. એની સેવામાં રહી જાઓ.'

'ના, ભાઈ ! અમે ઘાસ ખાનારા. અને આ બિહામણા જંગલમાં વસે છે માંસાહારી પ્રાણીઓ. તમારો રાજા પણ પૂરો માંસાહારી. એ મને જીવતો છોડે કે ?'

'અરે, અમારા રાજા બહુ ભલા છે. હું સદાય તેમની સેવામાં જ રહું છું. છતાં મને કદી મારે છે ? વળી જંગલમાં સરસ ચરવાનું ઘાસ છે. એટલે તમને ખાવાપીવાની પણ તકલીફ નહિ પડશે. તમે થોડા દિવસમાં ખાઈ-પીને અલમસ્ત બની જશો. અને તાકાતવાન તો બધાંને પહોંચે.'

ગધેડો લલચાઈ ગયો. તે શિયાળ સાથે ચાલવા લાગ્યો. શિયાળ મનમાં રાજી રાજી થઈ ગયું. રસ્તે ચાલતાં તે જંગલનાં સુખનું સુંદર વર્ણન કરવા લાગ્યું. એમ કરતાં કરતાં બન્ને જણાં સિંહની ગુફા પાસે પહોંચ્યાં. 'તમે જરા બહાર ઊભા રહો. હું રાજાને વાત કરું. તેઓ રજા આપે તો જ તેમના આ જંગલના રાજ્યમાં રહી શકાય. નહિ તો તમારે પાછા જવું પડે.'
'સારું. પરંતુ ભાઈ ! રાજાને ગમે તેમ સમજાવીને કહેજો કે, મને અહીં રહેવાની રજા આપે.

શિયાળ અદબથી અંદર ઘૂસી ગયું. સિંહ પાસે જઈ ધીરેથી પોતાનું સર્વ વૃત્તાંત જણાવી કહ્યું, 'મહારાજ ! હું એક ગધેડાને બનાવીને લઈ આવ્યો છું. તેને હું તમારી પાસે બેસાડીશ. તમે થોડી વાર સુધી રાજાની જેમ વાત કરજો. અને રહેવાની અનુમતિ આપજો. પછી એ ઊભો થઈને પાછો વળવા જાય કે તરત જ તેનો શિકાર કરી નાખજો. હું આગળથી તેને પકડવાની કોશિશ કરીશ. જો આ તક ચૂકી જશો તો બીજો શિકાર તાત્કાલિક નહિ મળે.'

સિંહ શિકારની વાત સાંભળી ખુશ ખુશ થઈ ગયો. તે શિયાળના કહેવા પ્રમાણે તૈયાર થઈ ગયો.

શિયાળ ગધેડાને અંદર લઈ આવ્યો. સિંહને જોઈ ગધેડાને બીક લાગી. પણ હવે કોઈ ઉપાય ન હતો. તે શિયાળના કહેવાથી સિંહની સામે બેઠો. અને પ્રણામ કર્યા. પછી સિંહે તેનું વૃત્તાંત પૂછ્યું અને રહેવાની અનુમતિ આપી. સાથે સાથે અભયવચન આપતાં કહ્યું, 'હું આજે જ શિયાળ પાસે રાજ્યમાં કહેવડાવી દઉં છું કે કોઈ તારો શિકાર નહિ કરે.'

ગધેડો તો ખુશ થઈ ગયો. તેને થયું, અહીં આવીને મેં કોઈ ભૂલ નથી કરી. ગધેડો ખુશ થતો થતો ઊઠ્યો. અને જવા માટે પાછો ફર્યો. ત્યાં જ સિંહે છલાંગ મારી અને ગધેડાને પાડી નાખ્યો. ગધેડો કંઈ વિચારે ત્યાં જ શિયાળે એના મોં પર હુમલો કર્યો. સિંહે એનું પેટ ફાડી નાખ્યું. આમ ગધેડો છેવટે ગધેડો બની ગયો.

'હે કુમારો ! લુચ્ચાઓનો કદી વિશ્વાસ ન કરવો. એ લોકો આપણને છેતર્યા વગર છોડે નહિ.'

17
કૂવાની ચોકી

- ૧૭. કૂવાની ચોકી

એક જંગલમાં નાનું ઝરણું વહે. ચોમાસામાં તો એ છલકાઈને નદી જેવડું થઈ જાય. અને શિયાળામાં ઝરણું બની જાય. પણ ઉનાળામાં સાવ જ સુકાઈ જાય. એ ઝરણું સુકાઈ જાય ત્યારે જંગલમાં રહેતાં પ્રાણીઓને બહુ તકલીફ પડે. પાણી વગર બધાંને જ્યાં ને ત્યાં ભટક્વું પડે. કેટલાંક તો તરસ્યાં મરી જાય.

આથી એક વાર જંગલનાં બધાં પશુ-પંખીઓની સભા મળી. અને એમાં બધાંએ વિચાર્યું કે, એક કૂવો ખોદીએ. એટલે કાયમ માટે પાણીનું સુખ થઈ જાય. બધાંને આ વાત ગમી ગઈ. બધાં કૂવો ખોદવા તૈયાર થઈ ગયાં.

અને એક જગ્યા નક્કી કરી બધાંએ કૂવો ખોદવા માંડ્યો. ચકલીથી માંડીને હાથી સુધીના જીવ માટી ખોદી ખોદીને દૂર ફેંકવા લાગ્યાં. જોતજોતામાં મોટો કૂવો ખોદાઈ ગયો. જેમ નીચે જતાં ગયાં તેમ તેમ ભીની ભીની માટી નીકળવા માંડી અને એક દિવસ પશુ-પંખીઓની મહેનત ઊગી નીકળી. કૂવામાં ઝરણ વહેવા લાગ્યાં... કૂવામાં પાણી આવી ગયું. પશુ-પંખીઓ તો આનંદથી નાચવા લાગ્યાં... ગાવા લાગ્યાં... કોલાહલ કરી મૂક્યો. બધાંએ પેટ ભરી ભરીને પાણી પીધું અને પાણીયે કેવું કોપરા જેવું મીઠું... !

પાણી ન પીવા દીધું શિયાળને. શિયાળ બહુ લુચ્ચું. એણે જરાય મદદ ન કરી. આથી બધાંને એના પર ખૂબ ગુસ્સો આવ્યો. બધાંએ નક્કી કર્યું કે, એને પાણી ન પીવા દેવું. ભલે પછી કૂવાની ચોકી કરવી પડે. પણ એને તો પાઠ ભણાવવાનો જ. પહેલે દિવસ કૂવાની ચોકી કરવા સસલો ગોઠવાયો. રાત જામી. કોઈ પશુ-પંખી કૂવા પાસે ન હતું. સસલો આજુબાજુ ધીરે ધીરે ફર્યા કરતો હતો.

ધીરેથી શિયાળ કૂવા પાસે આવ્યું. અને છાનુંમાનું પાણી પીવા ગયું. ત્યાં સસલાએ એને જોયું, 'એ શિયાળ ! ખબરદાર જો પાણી પીધું છે તો !' સસલાએ તો બૂમાબૂમ કરવા માંડી : ' કૂવો ખોદવા તો એકે દિવસ દેખાયો ન હતો અને પાણી પીવા પહેલે દિવસે આવી ગયો કેમ

? પાણી પીવાની ગરજ હતી કૂવો ખોદવા આવવું હતું ને ! બધાંએ નક્કી કર્યું છે કે, તને આ કૂવામાંથી પાણી પીવા ન દેવું. એટલે હવે તારે અહીં આવવું જ નહિ. તને કોઈ સંજોગોમાં પાણી પીવા મળવાનું નથી. તારા લીધે તો આ કૂવા પર ચોકી બેસાડી છે. હવે તું ભાગી જા અહીંથી. નહિ જશે તો હું બૂમાબૂમ કરીને બધાંને બોલાવીશ. અને તારાં હાડકાં ખોખરાં કરાવી નાખીશ.'

'ના, સસલાભાઈ ! એવું નહિ કરતાં. મારે તો કંઈ પાણી પીવું નથી. આ તો તમારા માટે થોડી પાકી પાકી જોઈને બદામ લાવ્યો હતો.'

'બદામ ? ક્યાં છે બદામ ?' સસલાના મોંમાં પાણી આવ્યું. સસલાને બદામ બહુ ભાવતી હતી.

'પણે પેલા ઝાડની બખોલમાં મૂકેલી છે. સસલો તો ચોકી કરવાનું છોડીને તે ઝાડની બખોલમાં ગયો. અને ત્યાં જોયું તો ખરેખર મીઠી... પાકેલી બદામો હતી. તે તો ચપડ ચપડ... કરતો બદામ ખાવા માંડ્યો.

આ બાજુ શિયાળે પાણી પીધું અને ભાગી છૂટ્યું. સવારે બધાંએ જોયું તો કૂવા તરફ શિયાળનાં પગલાં દેખાયાં, બધાં પશુ-પંખીઓએ સસલાને પૂછ્યું, 'તું ચોકી કરતો હતો તે અહીં પેલું શિયાળ આવ્યું હતું ?' સસલાને થયું કે, હું શિયાળે આપેલી બદામની વાત કરીશ તો આ લોકો મને ઠપકો આપશે. એટલે એણે વાત ફેરવીને કહ્યું,

'મને તો ઝોકું આવી ગયેલું એટલે શિયાળ આવ્યું હોય તો મને ખબર નથી. બાકી આમ તો મેં શિયાળને જોયું નથી.' બધાંને સસલા પર ગુસ્સો આવ્યો. પણ એ નાનો હતો એટલે બધાએ એને જવા દીધો.

બીજે દિવસે કાચબાનો વારો આવ્યો. બધાંએ તાકીદ કરી કે, હવે તો કોઈ પણ સંજોગોમાં શિયાળ કૂવાની નજીક આવવું ન જોઈએ. કાચબાએ તો કૂવાની બરાબર ચોકી કરવા માંડી.

મધરાત થઈ એટલે શિયાળ આવ્યું.

'કાચબાભાઈ ! કાચબાભાઈ ! બદામ ખાશો કે ?'

'ના ! મારે બદામ નથી ખાવી. તું અહીંથી ભાગ તો ! નહિ તો બૂમાબૂમ કરી બધાંને બોલાવીશ અને તારાં હાડકાં ખોખરાં કરાવી નાખીશ.' કાચબાએ તો કડકાઈથી કહ્યું.

'કાચબાભાઈ ! તમે કેમ આટલા ગરમ થઈ ગયા છો ! બદામ તો એકદમ પાકેલી અને મીઠી છે. જુઓ, પેલી બખોલમાં. એક વાર ચાખી તો આવો !'

કાચબો સમજી ગયો કે, આ મને કૂવા પાસેથી દૂર કરવાની કોશિશ કરે છે. કાલે એણે સસલાને પણ આવું જ કહ્યું હશે. અને ચોક્કસ કાલે શિયાળ પાણી પી ગયું હશે. પણ આજે તો એને પાઠ ભણાવવો જ પડશે. કાચબાએ તો બૂમાબૂમ કરી મૂકી. જરા વારમાં બધાં ભેગાં થઈ ગયાં. અને શિયાળને એવો ખોખરો કર્યો... એવો ખોખરો કર્યો કે કૂવાની દિશામાં જોવાનુંયે ભુલાવી દીધું. બસ ! તે દિવસથી કૂવાની ચોકી કાચબો કરતો આવ્યો છે. જ્યાં કૂવા ત્યાં કાચબો તો હોય જ.

'હે કુમારો ! કામચોરી કદી ન કરવી. બધાંને દરેક વાતમાં સાથ-સહકાર આપવો.'

18
ઊંટની ગરદન

• ૧૮. ઊંટની ગરદન

ઊંટની પહેલાં સામાન્ય પશુઓ જેવી જ ગરદન હતી. ટૂંકી જ વળી. એનું શરીર મોટું અને ગરદન ટૂંકી. એટલે ખોરાક માટે ખૂબ ફરવું પડતું. આખો દિવસ ફરી ફરીને એની પગ દુઃખી જતાં.

એ કંટાળી ગયું. એટલે એણે પ્રભુની આરાધના કરવા માંડી. અને તપ કરવા માંડ્યું. એની નિષ્ઠા અને ઉત્કટતા જોઈ પ્રભુ પ્રસન્ન થયા. અને કહ્યું, 'માગ ! માગ ! તું જે માગશે તે આપીશ.' ઊંટ તો ખુશ ખુશ થઈ ગયું. તેણે પ્રભુને પ્રણામ કર્યાં અને કહ્યું, 'પ્રભુ ! હું કેવડું મોટું પ્રાણી અને આ ટૂંકી ગરદન ! મને બહુ તકલીફ પડે છે. મારી આ ગરદન લાંબી કરી આપો. બસ ! મારી આટલી ઇચ્છા પૂરી કરો.'

અને ઊંટની ગરદન પુષ્કળ લાંબી થઈ ગઈ. હવે એ તો એક જગ્યાએ બેસી રહેતો. બસ ! ગરદન લંબાવીને ઊંચા ઊંચા ઝાડ પરથી પાન ખાઈ લેતો. જમીન પરથી કુણું કુણું ઘાસ ખાતો. એને તો મજા આવી ગઈ.

આમ ને આમ ઘણો સમય પસાર થઈ ગયો. એક વાર જંગલમાં તોફાન-આંધી ચડી. પુષ્કળ પવન ફૂંકવા લાગ્યો. ચારે તરફ ધૂળની ડમરીઓ ચઢવા લાગી. તેને લીધે છતે દિવસે અંધારું થઈ ગયું. વૃક્ષો તો ભૂવાની જેમ જોર જોરથી ડોલવા લાગ્યાં. ઊંટે પોતાની ગરદનને બચાવવા પોતાની નજીક લાવવા કોશિશ કરી. પણ આટલી લાંબી ગરદન બધી જ કેવી રીતે નજીક આવે ! તેમાં એક વૃક્ષ તેની ગરદન પર જ પડ્યું. ઊંટને થયું, 'હાય ! હવે તો જીવ નીકળી જ જશે. વૃક્ષના ભારથી તેની ગરદન ચગદાવા માંડી.'

એટલે આર્તસ્વરે પ્રભુને પોકારવા માંડ્યા. તરત જ ભગવાન હાજર થયા અને પૂછ્યું, 'તેં મને ફરી કેમ યાદ કર્યો ?'

'પ્રભુ.... મારી ગરદન... પેલા ઝાડ નીચે દબાઈ ગઈ છે... એને બહાર કાઢો.'

પ્રભુએ તરત જ વૃક્ષને અધ્ધર કર્યું, એટલે તેની ગરદન બહાર નીકળી ગઈ. 'પ્રભુ ! આ ગરદન તો કોઈ વાર મારો જીવ લેશે. એને ટૂંકી કરો.' પ્રભુ હસી પડ્યા અને એની ગરદન ટૂંકી કરી. છતાં પહેલાં હતી તેટલી ટૂંકી નહીં, એનાથી થોડી લાંબી. ઊંટે પ્રભુનો આભાર માન્યો. પ્રભુ અદૃશ્ય થઈ ગયા. બસ ! ત્યારથી ઊંટની ગરદન હાલ દેખાય છે તેવી જ રહી. હવે આંધી-તોફાન આવે ત્યારે એ પોતાની ગરદન સમેટી શકે છે.

'હે કુમારો ! કોઈપણ વસ્તુ 'અતિ' ન સારી. માપસરની જ સારી. જે અતિ થાય તે અડચણરૂપ જ થાય.'

19
અમૂલ્ય વાત

• ૧૯. અમૂલ્ય વાત

મગધ દેશમાં ચક્રપુર નામે સુંદર નગર હતું. નગરમાં સર્વ વાતે પ્રજા સુખી અને સમૃદ્ધ હતી. ચોર-લુંટારાનો ઉપદ્રવ ન હતો. અધિકારીઓ ન્યાય અને સદાચારથી પોતાની ફરજનું પાલન કરતા હતા. નગરમાં ધનવંતરાય નામનો અત્યંત સમૃદ્ધિવાળો અને ગુણવાન નગરશેઠ રહેતો હતો. રાજા પણ તેનું ઘણું માન રાખતા. દેશ-પરદેશમાં નગરશેઠનો વ્યાપાર ચાલતો. તેને ચાર પુત્રો અને એક પુત્રી હતાં. બધા પુત્રો સદાચારી, હોશિયાર અને પરાક્રમી હતા.

નગરશેઠે મોટા ત્રણ દીકરા અને એક દીકરીનાં લગ્ન કરી નાખ્યાં હતાં. ત્રણ ત્રણ વહુઓ અને પૌત્રોથી ઘર ભર્યું ભર્યું રહેતું.

દરેકને બધી વાતે સુખ હોય, પણ એક વાતનું પણ દુઃખ તો હોય, હોય ને હોય જ. નગરશેઠને પણ એક વાતનું દુઃખ હતું. શેઠનો નાનો પુત્ર ગુણસાગર ધૂની અને ખર્ચાળ હતો. ઘણી વાર એ ભારે કીંમત આપી એવી વસ્તુ ખરીદી લાવતો જે શેઠને કોડીનીયે લાગતી નહિ. નગરશેઠ ઘણી વાર તેને સમજાવતા, ઘણી વાર ઠપકો આપતા. પણ તેના વર્તનમાં તલમાત્રનો ફેર પડતો નહીં. તે પોતાનું ધાર્યું જ કરતો.

એક વાર તે એક પુસ્તક લઈ આવ્યો. નગરશેઠે પુછ્યું, 'આ પુસ્તક કેટલાનું ?'

'સો સોનામહોરનું.'

'આટલું બધું મોઘું ! ! બતાવ તો... કેવું છે ? કોનું છે ?' કહીને તેમણે એ પુસ્તક જોવા માગ્યું. ગુણસાગરે પુસ્તક પિતાના હાથમાં મૂક્યું. પિતાએ તે ખોલ્યું. અને બધાં પાનાં ફેરવ્યાં અને પછી ગુસ્સાથી બરાડી ઊઠ્યા : 'આ... વા... પુસ્તકની કિંમત સો સોનામહોર ! આ તો કોરું છે ! પૈસા વાપરવાની કંઈ અક્કલ બક્કલ છે કે ? તું એમ માને છે કે આ બધું ધન હરામનું છે ? ફેંકી દેવાનું છે ?'

'ના પિતાજી ! એમ હું માનતો નથી. વળી આ પુસ્તક તદ્દન કોરું નથી. એમાં એક પાના પર સોનેરી અક્ષરથી કંઈક લખેલું છે. તમે વાંચો.'

'મારે આ પુસ્તક વાંચવું તો શું... જોવુંય નથી અને મને તારું મોઢુંય જોવું નથી.' આજે શેઠનો ગુસ્સો સાતમે આસમાને પહોંચી ગયો હતો.

ગુણસાગરે પુસ્તક લીધું અને પિતાને પ્રણામ કરી ઘર છોડી ગયો. નગરશેઠ બહુ ગુસ્સામાં હતા એટલે તેમણે પણ તેને રોક્યો નહિ. તેમને થયું, પુત્રને ખોટાં લાડપ્યાર ન કરાવવાં જોઈએ. નહિ તો તેઓ કુમાર્ગી થઈ જાય છે અને કુળને તારવાને બદલે મારે છે. ભલે થોડી ઠોકર ખાતો. જાતે કમાશે તો પૈસા વાપરવાનું ભાન આવશે.

ગુણસાગર પુસ્તક લઈને ચાલવા લાગ્યો.

હવે એ નગરની રાજકુમારી બાજુના નગરમાં મેળો જોવા ગઈ હતી. ત્યાં તેને તે નગરનો રાજકુમાર મળ્યો. રાજકુમારને જોતાં જ તે મોહી પડી. તેણે દાસી મારફત પોતાની ઓળખ આપી, મનનો ભાવ કહ્યો અને વધુમાં કહેવડાવ્યું કે, રાતે ચક્રપુર છુપા વેશે મળવા આવે.

નગરમાં ફરતાં ફરતાં રાત પડી ત્યારે ગુણસાગર રાજકુમારીના મહેલની પાછલી બાજુએથી પસાર થતો હતો. ત્યાં તેની નજરે ઝરૂખામાંથી નીચે પડતું દોરડું દેખાયું. તેને નવાઈ લાગી કે અહીં દોરડું કોણે બાંધ્યું હશે ! તે દોરડાની નજીક ગયો અને તેને હલાવી જોયું. ત્યાં તો ઉપરથી કોઈક ડોકાયું અને તેને ઉપર આવવા ઈશારો કર્યો.

ગુણસાગરને કંઈ સમજાયું નહિ છતાં તે દોરડાને સહારે ઉપર ચઢી ગયો. ઉપર જઈને જોયું તો રાજકુમારી સોળ શણગાર સજીને બેઠી હતી. એ ઉમળકાથી ઊભી થઈ. પરંતુ રાજકુમારને બદલે બીજા કોઈ પુરુષને જોઈ ગભરાઈ ગઈ. અને કહેવા લાગી : 'તમે કોણ છો ? ચાલ્યા જાઓ અહીંથી.'

ગુણસાગર તો કંઈ પણ બોલ્યા વગર નીચે ઊતરી ગયો અને ચાલતો થયો. રાત્રી એણે ધર્મશાળાના ઓટલે વિતાવી દીધી.

સવારે ઊઠીને એણે હાથ-મોં ધોયાં. અને પાછો નગરમાં ફરવા લાગ્યો.

એક જગ્યાએ લગ્ન થઈ રહ્યાં હતાં. બ્રાહ્મણ મંત્રોચ્ચાર કરી રહ્યો હતો. સ્ત્રીઓ મંગળ ગીતો ગાઈ રહી હતી. બધાં લગ્નપ્રસંગમાં વ્યસ્ત હતાં.

અચાનક મહા શોર મચી ગયો. બધાં બૂમાબૂમ અને ભાગાભાગ કરતાં હતાં. 'ભાગો... ભાગો... રાજાનો હાથી ગાંડો થયો છે... ભાગો... ભાગો...'

લગ્નમાં આવેલાં બધાં જ ભાગી ગયાં. ગુણસાગર ત્યાં રહેલા એક વૃક્ષ પર ચઢી ગયો. બધે પળવારમાં સૂનકાર થઈ ગયો. અને એક હાથી સૂંઢ ઉછાળતો આવ્યો. રહી ગયાં ફક્ત પરણનાર વરકન્યા.

બધાંના જીવ તાળવે ચોંટી ગયાં. ખેલ ખલાસ ! બિચારાં પરણ્યાં પહેલાં જ પ્રભુના દરબારમાં પહોંચી જશે કે શું ? અને કોઈની તાકાત હતી કે એ બે કોડીલાને બચાવે !

ગુણસાગરે કંઈક વિચાર્યું... ત્વરાથી વૃક્ષની ડાળી તોડી અને સીધો હાથીના માથા પર પડ્યો. અને તે સાથે જ એણે ડાળીનો તીણો ભાગ હાથીના માથા પર જોરથી દબાવી દીધો.

હાથી ચીસ પાડી ઊઠ્યો... અને ગભરાઈને શાંત પડી ગયો. ગુણસાગરે ડાળ પરનું જોર ઓછું કરી દીધું અને હાથીના મસ્તકે હાથ ફેરવવા માંડ્યો.

હાથી ધીરે ધીરે રાજાના મહેલ ભણી ચાલવા લાગ્યો. બધા ધીરે ધીરે હાથી પાછળ ચાલવા લાગ્યા. હાથી રાજાના મહેલ પાસે એની જગા પર આવી ઊભો રહી ગયો. પછી ધીરેથી બેઠો. ગુણસાગર નીચે ઊતર્યો. મહાવતે હાથીનો કબજો લઈ લીધો. ગુણસાગરે જોયું તો રાજા દરબારીઓ સહિત એના સ્વાગત માટે ઊભા હતા. કારણ કે રાજાને ખબર પડી ગઈ હતી કે, પોતાના ગાંડા હાથીને કાબૂમાં લઈને એક યુવાન આવી રહ્યો છે.

એ રાજાની નજીક આવ્યો અને રાજાને આદરથી પ્રણામ કર્યાં. રાજાએ પોતાના ગળામાંથી નવલખો હાર કાઢી ગુણસાગરને પહેરાવી દીધો અને કહ્યું :

‘યુવાન ! તું જે હોય તે પણ આજે તેં મારી લાજ રાખી લીધી છે. જો કોઈ હાથીના પગ નીચે કચડાઈ જાત તો મને જિંદગી સુધી અફસોસ થાત. મારા માથે કલંક લાગી જાત.... તારું બધું વૃત્તાંત મેં સાંભળી લીધું છે. તારા જેવો પરાક્રમી મેં કોઈ જોયો નથી. હું મારી રાજકુમારી તારી સાથે પરણાવવા માગું છું. તને મંજૂર છે ?’

‘મહારાજ ! આપની આજ્ઞા મારા આંખ-માથા પર છે. હું આપના જ નગરના નગરશેઠ ધનવંતરાયનો નાનો દીકરો છું.’

રાજા ખુશ થઈ ગયા. સન્માનથી એને અંદર લઈ ગયા પછી નગરશેઠને સંદેશો મોકલ્યો. નગરશેઠ તો આ સાંભળી આશ્ચર્યમાં પડી ગયા. અને અતિ આનંદિત બની ગયા. તરત જ મુહૂર્ત કાઢી રાજકુમારી સાથે તેના લગ્ન કરવામાં આવ્યાં.

લગ્ન પછી રાજકુમારીએ ગુણસાગરને કહ્યું, ‘આપણું કેવું ભાગ્ય છે ! એક વાર તમે આવ્યા તો મેં તમને કાઢી મૂક્યા છતાં તમે ફરી મારા જીવનમાં આવ્યા જ. અને મારાં સૌભાગ્યનાં સ્વામી બન્યાં જ. ગુણસાગર બોલ્યો : ’પ્રિયે ! તારી વાત સાચી છે. આ બધો આ પુસ્તકનો પ્રતાપ છે. આ પુસ્તક મેં ખરીદ્યું. એટલે જ પિતાએ મને કાઢી મૂક્યો, એટલે જ હાથીવાળો પ્રસંગ બન્યો, તેમાં હું સામેલ થયો અને તું મળી. અને એ પુસ્તકમાં પણ એવું જ લખેલું છે.‘

’મને બતાવો, એ પુસ્તક ! એમાં શું લખ્યું છે ?‘

ગુણસાગરે પુસ્તક પોતાની પત્નીના હાથમાં મૂક્યું. તેણે જોયું તો આખુ પુસ્તક કોરું હતું. તે વિસ્મય પામી. પાનાં ફેરવતાં ફેરવતાં છેલ્લે સોનેરી શાહીથી થોડું લખાણ લખાયેલું હતું. બન્ને પતિપત્નીએ ભેગાં થઈને એ વાંચ્યું .’નસીબમાં જે લખ્યું હોય છે તે મળે જ છે. અને નસીબમાં નથી લખ્યું હોતું તે મળતું જ નથી. મળે છે તો ફરી ચાલ્યું જાય છે.‘ બન્ને પતિ-પત્ની હસી પડ્યાં.

’હે કુમારો ! ભાગ્ય બળવાન છે. આ વાત હંમેશાં ધ્યાન રાખજો.' વિષ્ણુશર્માએ કહ્યું.

20
મગર અને વાંદરો

• ૨૦. મગર અને વાંદરો

એક નદી કાંઠે જાંબુડાનું મોટું ઝાડ હતું. જાંબુડાના ઝાડ પર દરરોજ એક વાંદરો જાંબુ ખાવા આવતો. નદીના ઊંડા પાણીમાં એક મોટો મગર રહેતો હતો. વાંદરા અને મગરની ભાઈબંધી થઈ. વાંદરો રોજ રોજ મગરને પાકાં જાંબુ ખવરાવે. મગર એક વાર થોડાં જાંબુ મગરી માટે લઈ ગયો. મગરીને જાંબુ બહુ ભાવ્યાં. મગરી જાંબુ ખાતાં ખાતાં મગરને કહે - રોજ આવાં મીઠાં જાંબુ ખાનારા વાંદરાનું કાળજું કેવું મીઠું હશે! તમે એને લઈ આવો તો હું તેનું કાળજું ખાઉં!

મગર કહે - તે હવે મારો ભાઈબંધ થયો છે. ભાઈબંધ સાથે મારાથી દગો કેમ થાય?

મગરીએ જીદ કરી કહ્યું - જો તમે કાળજું નહિ લાવી આપો તો હું મારો જીવ આપી દઈશ. નછૂટકે મગર વાંદરાને મગરી પાસે લાવવા તૈયાર થયો. બીજે દિવસે મગર જાંબુના ઝાડ નીચે આવ્યો. વાંદરાએ આપેલા મીઠાં જાંબુ ખાધાં પછી મગર બોલ્યો - વાંદરાભાઈ, મારી મગરી તમને ઘેર જમવા માટે બોલાવે છે. મારી પીઠ પર બેસી જાઓ અને મારા મહેમાન થાઓ.

વાહ! ચાલો, તમારો આટલો પ્રેમ છે તો...ના કેમ પડાય! એમ કહેતો વાંદરો કૂદીને મગરની પીઠ પર બેસી ગયો. મગર પાણીમાં આગળ સરકવા લાગ્યો. બંને વાતોએ વળગ્યા. અડધે રસ્તે જ ભોળા મગરે મગરીના મનની વાત વાંદરાને કરી દીધી.

મગરની વાત સાંભળી વાંદરાના હોશ ઊડી ગયા. થોડી વારે સ્વસ્થ થતાં મગરીથી બચવાનો ઉપાય શોધી કાઢ્યો. વાંદરો કહે - મગરભાઈ! તમે પણ ખરાં છો! તમારે આ વાત મને પહેલેથી જ કહેવી હતીને! મારું કાળજું તો હું આજે જ સાફ કરીને ઝાડ પર મૂકીને આવ્યો છું. ચાલો પાછા જઈ કાળજું લઈ આવીએ!

મગર વાંદરાની વાત સાચી માની પાછો કિનારા તરફ વળી ગયો. કિનારો આવતાં વાંદરો એક મોટો કૂદકો મારી ઝાડ પર પહોંચી ગયો. પછી કહે - મૂરખ મગર! કાળજું તે

કંઈ ઝાડ પર મુકાતું હશે? તું તો દગાખોર છે! ભાઈબંધને દગો દેવા તૈયાર થયો? જા હવે કદી જાંબુ ખાવા મારી પાસે આવતો નહિ અને મારે પણ જાંબુ ખાવા નથી એમ કહી વાંદરો ત્યાંથી બીજે રહેવા જતો રહ્યો.

21
હાથી અને દરજી

* ૨૧. હાથી અને દરજી

એક હાથી હતો. જાણે મોટો કાળો પહાડ. પાછળ ટૂંકી પૂછ ને આગળ લાંબી મોટી લટકતી સૂંઢ.

એ સાધુ મહારાજનો હાથી હતો. સાધુ મહારાજને હાથી ખૂબ વહાલો હતો. હાથી દરરોજ તળાવે નહાવા જાય. રસ્તામાં એક દરજી આવે. હાથી દરજીની દુકાનમાં સૂંઢ લંબાવે. દરજી એની સૂંઢમાં કેળુ આપે. આમ હાથીને રોજ કેળુ ખાવાની ટેવ પડી ગઈ હતી. નહાઈને પાછા વળતી વખતે હાથી દરજીને રોજ કમળનું ફૂલ આપે.

એક દિવસ દરજીને હાથીની મશ્કરી કરવાનું મન થયું. એણે એક મોટી અણીદાર સોય હાથમાં લીધી અને બોલ્યો, હાથીદાદા, આજે તમને લાડુ સાથે સોયનો પણ સ્વાદ ચખાડીશ! દરજી દુકાનમાં બેઠો હતો. ત્યાં હાથી તેની દુકાન પાસેથી નીકળ્યો.

હાથીએ કેળુ ખાવાની ઈચ્છાથી દરજીની દુકાનમાં સૂંઢ લંબાવી. મશ્કરા દરજીએ કેળુ આપતાં આપતાં સૂંઢમાં સોય પણ ખૂંચવી દીધી. હાથીને સોય વાગતાના સાથે જ ખૂબ પીડા થઈ. તે સમજી ગયો કે આજે દરજીએ મારી ઠેકડી ઊડાવી છે. હાથીએ ચૂપચાપ કેળુ ખાઈ લીધો.

તે ડોલતો ડોલતો તળાવે નહાવા પહોંચી ગયો. તળાવે નહાઈ પોતાની સૂંઢમાં ઘણું બધું પાણી ભરી લીધું. સાથે એક તાજું કમળનું ફૂલ પણ લઈ લીધું.

પાછા ફરતી વેળાએ રોજની માફક દરજીએ કમળનું ફૂલ ધર્યું. જેવો દરજીએ ફૂલ લેવા હાથ આગળ કર્યો કે હાથીએ સૂંઢમાં ભરેલું ગંદુ પાણી ફુવારા માફક દરજી ઉપર ઉડાડ્યું. દરજી પાણીથી ભીંજાઈ લથબથ થઈ ગયો. દુકાનનાં બધાં નવાં નકોર કપડાં પાણીમાં પલળી ગયાં. એને સમજાઈ ગયું કે હાથીને મેં સોય ભોંકી હતી તેથી તેણે પાણી ઉડાડી બદલો લીધો છે. આ તો મેં કરેલી મશ્કરીનું જ પરિણામ છે.

બીજા દિવસથી ફરી પાછો તે હાથીને કેળુ આપવા લાગ્યો અને હાથી એને કમળનું ફૂલ આપવા લાગ્યો. દરજીએ ફરીથી હાથીને કોઈ દિવસ હેરાન કર્યો નહિ.

22
લુચ્ચુ વરૂ

• ૨૨. લુચ્ચુ વરૂ

એક વરુ હતું. એક દિવસ તે શિકાર કરીને ખાતું હતું ત્યારે ઉતાવળમાં તેના ગળામાં નાનું હાડકું ફસાઈ ગયું. એણે હાડકાને બહાર કાઢવા ઘણી મહેનત કરી પણ હાડકું બહાર નીકળ્યું નહિ.તેને થયું કે જો આ હાડકું નહિ નીકળે તો હું ભૂખ અને તરસથી મરી જઈશ! તે જંગલનાં બધાં પ્રાણીને કહેવા લાગ્યું, 'મારા ગળામાંથી હાડકું કાઢી આપો ને?' પણ બધાં પ્રાણીઓએ એને કહ્યું કે ના, અમે નહિ કાઢી આપીએ.

વરુને ગળામાં ખૂબ જ દુઃખવા લાગ્યું. તે બરાડા પાડતું નદી કિનારે આવી પહોંચ્યું. ત્યાં એક બગલો ઊભો હતો.

વરુએ બગલાને કહ્યું,'બગલાભાઈ, મારા ગળામાં ફસાયેલ હાડકું કાઢી આપો, હું તમને મોટું ઈનામ આપીશ.'

વરુ પોતાનું મોં ખલ્લું રાખીને બેઠો હતો. બગલાભાઈએ ઈનામની લાલચે વરુના મોંમા તેની ચાંચ નાખી ખૂબ મહેનત કરીને વરુના ગળામાંથી હાડકું બહાર કાઢ્યું. વરુને રાહત થઈ.

બગલો કહે, 'વરુભાઈ, મને મારું ઈનામ આપી દો.'

વરુ ઘૂરક્યો, 'અલ્યા બગલા! તું ઈનામથી વાત ભૂલી જા. મારા મોંમાંથી કોઈ બચ્યું છે ખરું? તારી ડોક મારા મોમાં હતી તોય હું તને મારીને ખાઈ ન ગયો એટલે તારે મારો આભાર માનવો જોઈએ. તું બચી ગયો છે, આથી વધુ સારું ઈનામ હું તને બીજું શું આપું, બોલ?'

બગલો શું બોલે? મોં વકાસીને બેસી રહ્યો. લુચ્ચું વરુ ત્યાંથી હસતું હસતું જતું રહ્યું.

23
રીંછે કાનમાં શું કહ્યું?

• ૨૩. રીંછે કાનમાં શું કહ્યું?

એક હતો ગોપાલ અને એક હતો મોહન.

મોહન બહુ ભોળો અને ગોપાલ ભારે ચબરાક. બન્ને નિશાળમાં સાથે ભણે. બન્ને ભાઈબંધ હતા. નિશાળમાં રજાના દિવસે બન્ને નજીકના જંગલમાં ફરવા ગયા. મોહનને જંગલમાં ડર લાગવા લાગ્યો.

મોહન કહે - ગોપાલ, મને તો બીક લાગે છે. કોઈ જંગલી જાનવર આપણને ફાડી ખાશે તો?

ગોપાલ કહે - તું તો સાવ ડરપોક છે. તારી સાથે હું છું તેથી તારે ડરવાની જરા પણ જરૂર નથી.

મોહન ફરી બોલ્યો - પણ ગોપાલ, આપણી પાસે જંગલી જાનવરનો સામનો કરવા કોઈ હથિયાર પણ નથી તેનું શું?

ગોપાલ કહે - હથિયારની શું જરૂર છે? આપણે બન્ને મોટા અવાજ કરી જાનવરને ભગાડી દેશું.

બન્ને મિત્રો આમ વાતો કરતા થોડું આગળ ચાલ્યા ત્યાં અચાનક ગોપાલે સામેથી એક રીંછ આવતું જોયું. ગોપાલનાં બધાં બણગાં હવામાં ઊડી ગયાં. તે તો રીંછને જોતાં જ પોતાના મિત્રની પરવા કર્યા વિના પોતાનો જીવ બચાવવા ભાગ્યો અને દોડીને પાસેના ઝાડ પર ચડી ગયો.

મોહને રીંછને નજીક આવતું જોઈ બૂમ પાડી - મિત્ર, ગોપાલ! મને બચાવ! પણ ગોપાલ તો ઝટપટ ઝાડની ઊંચી ડાળીએ પહોંચી પાંદડાંની ઘટામાં સંતાઈ ગયો.

મોહનને ઝાડ પર ચઢતાં આવડતું ન હતું. તેને થયું કે હવે કરવું શું? પણ મોહનને એક ઉપાય મળી ગયો. તે પોતાનો શ્વાસ રોકી જમીન પર મડદાની જેમ સૂઈ ગયો. ના હાલે કે ના ચાલે. થોડી વારમાં રીંછ મોહનની નજીક આવ્યું. તેણે એના શરીરને સૂંઘી જોયું. રીંછને

થયું કે આ તો મરેલો જ છે. એટલે તે ત્યાંથી આગળ જતું રહ્યું. ગોપાલે આ જોયું પણ એને ખબર ન પડી કે રીંછ શું કરતું હતું.

રીંછના ગયા પછી ગોપાલ ઝાડ પરથી નીચે ઊતર્યો. એણે મોહનની મજાક કરતાં પૂછ્યું - અલ્યા મોહન! શું રીંછ તારું સગું થતું હતું કે શું? એણે તારા કાનમાં શું કહ્યું?

મોહન કહે - રીંછે મને શિખામણ આપી કે મુસીબતમાં આપણો સાથ છોડી જાય તેવા માણસનો કદી વિશ્વાસ ન કરવો.

મોહનનો આવો ચોખ્ખો જવાબ સાંભળીને ગોપાલનું માથું શરમથી નીચું થઈ ગયું.

24
હંસની વાર્તા

• ૨૪. હંસની વાર્તા

એક શ્રીમંત ખેડૂત હતો. તેને વારસામાં ઘણી બધી સંપત્તિ મળી હતી. વધુ ધન સંપત્તિએ તેને આળસુ બનાવી દીધો હતો. તે આખો દિવસ ખાલી બેસી રહેતો હતો અને હુક્કો પીતો રહેતો. તેની બેદરકારીનો નોકર-ચાકર પણ ગેરલાભ ઉઠાવતા હતા. તેના સગા સંબંધીઓ પણ તેનો માલ ચટ કરવામાં લાગ્યા રહેતા હતા. એક વાર ખેડૂતનો એક જૂનો મિત્ર તેને મળવા આવ્યો. તેને ખેડૂતના ઘરની હાલત જોઈને ખૂબ દુખ થયુ. તેણે ખેડૂતને સમજાવવાનો પ્રયત્ન કર્યો પણ તેના પર કોઈ અસર ન પડી. એક દિવસ તેણે કહ્યુ કે તે એક એવા મહાત્મા પાસે તેને લઈ જશે જે અમીર બનવાનો તરીકો બતાવે છે. ખેડૂતની અંદર પણ ઉત્સુકતા જાગી. તે મહાત્માને મળવા તૈયાર થઈ ગયો.

મહાત્માએ જણાવ્યુ, 'રોજ સૂર્યોદય પહેલા એક હંસ આવે છે જે કોઈ તેને જુએ એ પહેલા જ ગાયબ થઈ જાય છે. જે આ હંસને જોઈ લે છે તેનુ ધન નિરંતર વધતુ જાય છે.'

બીજા દિવસે ખેડૂત સૂર્યોદય પહેલા ઉઠ્યો અને હંસને શોધવા માટે ખેતરમાં ગયો. ત્યા તેણે જોયુ કે તેનો એક સંબંધી કોથળામાં અનાજ ભરીને લઈ જઈ રહ્યો હતો. ખેડૂતે તેને પકડી લીધો. તે સંબંધી ખૂબ જ લજવાઈ ગયો અને માફી માંગવા માંડ્યો. પછી તે ગૌશાળામાં પહોંચ્યો. તે તેનો એક નોકર દૂધ ચોરી રહ્યો હતો. ખેડૂતે તેને ફટકાર્યો. તેણે ત્યા જોયુ કે ખૂબ જ ગંદકી હતી. તેણે નોકરોને ઉઠાડ્યા અને તેમને કામ કરવાનો આદેશ કર્યો. બીજા દિવસે પણ કંઈક આવુ જ બન્યુ. આ રીતે ખેડૂત રોજ હંસને જોવા માટે જલ્દી ઉઠતો. આ કારણે બધા નોકર સાવધ થઈ ગયા અને ભયને કારણે કામ કરવા લાગ્યા. જે સંબંધીઓ ચોરી કરતા હતા તે સુધરી ગયા.

જલ્દી ઉઠવા અને ફરવાથી ખેડૂતનું સ્વાસ્થ્ય પણ સારુ થઈ ગયુ. આ રીતે ધન તો તેનુ વધવા લાગ્યુ પણ તેને ક્યાય હંસ ન દેખાયો. આ વાતની ફરિયાદ કરવા તે મહાત્મા પાસે પહોચ્યો.

મહાત્માએ કહ્યુ, 'તને હંસના દર્શન થઈ ગયા, પણ તુ તેને ઓળખી ન શક્યો. તે હંસ છે 'પરિશ્રમ'.

એટલે જ તો કહેવત છે કે પરિશ્રમ એ જ પારસમણિ.

25
ચોખાના દાણા

- ૨૫. ચોખાના દાણા

એક નગરમાં એક શેઠ પોતાના ત્રણ પુત્રો સાથે રહેતો હતો. શેઠજીએ પોતાના વેપારને પોતાની જાતમહેનતથી ઘણો આગળ વધાર્યો હતો. તેના ત્રણે છોકરાઓ હજુ નાના જ હતા, છતાં તે અત્યારથી જ એ નક્કી કરી લેવા માંગતા હતા કે તેમાનો ધંધો આગળ જતા કોણ સંભાળવાને યોગ્ય છે. પણ તેમને સમજાતુ નહોતુ કે તેઓ પોતાના વારસદારના મુખ્ય વ્યક્તિના રૂપે કયા પુત્રને પસંદ કરે.

બહુ સમજ્યા વિચાર્યા પછી તેણે પોતાના ત્રણે છોકરાઓને બોલાવ્યા. શેઠજીએ ત્રણે પુત્રોને એક એક મુઠ્ઠી ચોખા આપ્યા અને કહ્યુ કે એક વર્ષ પછી મને પાછા આપજો.

મોટો પુત્ર પિતા પ્રત્યે અપાર શ્રધ્ધા રાખતો હતો તેથી તેણે એ ચોખાને એક પોટલીમાં બાંધીને પૂજામાં મૂકી દીધા. બીજો પુત્ર થોડો મનમોજી હતો તેણે બધા ચોખા પક્ષીઓને ખાવા ધરી દીધા. ત્રીજો પુત્ર થોડો ગંભીર પ્રકારનો હતો. તેણે વિચાર્યું કે પિતાજીએ આ ચોખા કશુક સમજી વિચારીને જ આપ્યા હશે. ઘણુ વિચાર્યા પછી તેણે તે ચોખાના દાણા ખેતરમાં જઈને વાવી દીધા.

એક વર્ષ પછી શેઠજીએ ત્રણે પુત્રોને બોલાવ્યા અને પોતે આપેલા ચોખા માંગ્યા. મોટા પુત્રએ ચોખાને બાંધીને સાચવી રાખ્યા હતા. તેણે પિતાની આગળ પોટલી મુકી દીધી. બીજા પુત્રએ નવા ચોખા લાવીને પિતાજીની આગળ મુકી દીધા પણ અનુભવી પિતા સમજી ગયા કે આ નવા ચોખા છે.

જ્યારે ત્રીજા પુત્ર પાસે ચોખાની માંગણી કરી તો તે ઉઠીને બહાર ચાલ્યો ગયો અને થોડીવાર પછી નોકરની સાથે એક બોરી ચોખા લઈને આવ્યો. બોરી ચોખાથી આખી ભરેલી હતી. પિતાજીએ કહ્યુ કે મેં તો તને માત્ર એક જ મુઠ્ઠી ચોખા આપ્યા હતા તો પછી એક બોરો ભરીને ચોખા ક્યાથી આવ્યા ?

પુત્રએ કહ્યુ - હા, પિતાજી તમે તો મને એક જ મુઠ્ઠી ચોખા આપ્યા હતા, પણ મે ઘણુ સમજી વિચારીને તે ચોખાને વાવી દીધા અને તેનુ પરિણામ તમારી સામે છે.

આ સાંભળીને શેઠજી ખૂબ ખુશ થયા. તેમણે પોતાના ત્રીજા પુત્રને બધી જવાબદારી સોપી દીધી.

26
સ્વર્ગ અને નરક

• ૨૬. સ્વર્ગ અને નરક

ગોપાલ ખૂબ જ આળસી માણસ હતો. ઘરના લોકો પણ તેની આદતથી કંટાળી ગયા હતા. તે કાયમ જ ઈચ્છતો હતો કે તેને એક એવુ જીવન મળે, જેમા તે આખો દિવસ સૂઈ રહે અને જે વસ્તુ જોઈએ એ તેને પથારીમાં જ મળી જાય. પણ આવુ ક્યારેય ન થયુ.

એક દિવસ તેનુ મોત થઈ ગયુ. મૃત્યુ પછી તે સ્વર્ગમાં પહોંચી ગયો, જે તેની કલ્પનાથી પણ સુંદર હતુ. ગોપાલ વિચારવા લાગ્યો.. કાશ.. આ સુંદર જગ્યાએ હું પહેલા જ આવી ગયો હોત. બેકારમાં ધરતી પર રહીને કામ કરવુ પડતુ હતુ. જવા દો.. હવે તો હું આરામની જીંદગી જીવીશ. તે આવુ વિચારી જ રહ્યો હતો એટલામાં હીરા-ઝવેરાતવાળા એક પલંગ તરફ ઈશારો કરતા તે બોલ્યો - તમે તેના પર આરામ કરો. તમને જે જોઈશે એ પલંગ પર જ મળી જશે. આ સાંભળીને ગોપાલ ખૂબ ખુશ થઈ ગયો.

હવે તે દિવસ-રાત ખૂબ ઉંઘતો. તેને જે જોઈએ પથારીમાં જ મંગાવી લેતો. કેટલાક દિવસ આ જ રીતે વીતતા ગયા. પણ હવે તે કંટાળવા લાગ્યો હતો. તેને ન તો દિવસે ચેન હતુ ન તો રાત્રે ઉંઘ આવતી. જેવો તે પથારી પરથી ઉઠવા જતો દાસ-દાસીઓ તેને રોકી લેતા. આવી રીતે અનેક મહિના વીતી ગયા. ગોપાલને આરામની જીંદગી હવે બોજ જેવી લાગતી હતી.

સ્વર્ગમાં તેને બેચેની થવા લાગી. એ થોડુંક કામ કરીને પોતાનો દિવસ વિતાવવા માંગતો હતો. એક દિવસ તે દેવદૂતની પાસે ગયો અને તેને બોલ્યો - હુ જે કંઈ કરવા માંગતો હતો, તે બધુ કરીને જોઈ લીધુ છે. હવે તો મને ઊંઘ પણ આવતી નથી. હું કંઈક કામ કરવા માંગુ છુ શુ મને કામ મળશે ?

તમને અહીં આરામ કરવા માટે લાવવામાં આવ્યા છે. આ જ તો તમારા જીવનનું સ્વપ્ન હતુ. માફ કરો, હું તમને કોઈ કામ નથી આપી શકતો. દેવદૂત બોલ્યો. ગોપાલે ચિઢાઈને કહ્યુ - વિચિત્ર વાત છે, હું આ જીવનથી કંટાળી ગયો છુ. હું આ રીતે મારો સમય

નથી પસાર કરી શકતો. એના કરતા એ સારુ રહેશે કે તમે મને નરકમાં મોકલી આપો.

દેવદૂતે ધીમેથી કહ્યુ - તમને શુ લાગે છે તમે ક્યા છો ? સ્વર્ગમાં કે નરકમાં ?

ગોપાલ બોલ્યો - હું કંઈ સમજ્યો નહી.

દેવદૂત બોલ્યા - અસલી સ્વર્ગ એ જ હોય છે જ્યા મનુષ્ય દિવસ-રાત મહેનત કરીને પોતાના પરિવારનુ ભરણપોષણ કરે છે. તેમની સાથે આનંદનો સમય વિતાવે છે. જે સુખ સુવિદ્યાઓ મળે છે તેમા તે ખુશ રહે છે. પણ તમે ક્યારેય આવુ ન કર્યુ. તમે તો કાયમ આરામ કરવાનું જ વિચારતા રહ્યા.

જ્યારે તમે ધરતી પર હતા ત્યારે આરામ કરવા માંગતા હતા. હવે તમને આરામ મળી રહ્યો છે તો કામ કરવા માંગો છો. સ્વર્ગમાં આનંદથી કંટાળવા લાગ્યા છો. ગોપાલ બોલ્યો - કદાચ હવે મને સમજાય ગયુ છે કે મનુષ્યએ કામના સમયે કામ અને આરામના સમયે આરામ કરવો જોઈએ. બંનેમાંથી એક પણ વસ્તુ વધુ આવી જાય તો જીવનમાં નીરસતા આવી જાય છે.

સત્ય છે કે મારા જેવા આળસી વ્યક્તિઓ માટે એક દિવસ સ્વર્ગ પણ નરક બની જાય છે.

27
બંટીની આઈસ્ક્રીમ

• ૨૭. બંટીની આઈસ્ક્રીમ

બંટી આજે શાળાથી આવ્યા તો ફરી એને ઘરે તાળું જોઈ. ઘરની સીઢી પર એમનો દફ્તર રાખીને બેસી ગયો. એને ભૂખ લાગી હતી અને એ થાકેલો પનણ હતો. એ વિચારવા લાગ્યા. મારી માં પણ રાજૂની માંની રીતે ઘરે હોતી.

હું શાળાથી વાતો મારા હાલ-પૂછતી તો, મારા માટે ગરમ-ગરમ રસોઈ કરીને મને પ્રેમથી ખવડાવતી. સાચે કેટ્લો ખુશનસીબ ચે રાજૂ! એ જ વિચારોમાં ખોવાયેલા બંટી ઉચીં અવાજમાં બોલ્યા , ઓફ -ઓહ માં તમે કેટલું મોડું કરો છો . હું ક્યારથી તમારો ઈંતજાર કરી રહ્યા છું. તમને ખબર છે , મને કેટ્લી જોરથી ભૂખ લાગી છે મારા પેટમાં ઉંદર દોડી રહયા છે.

માં એ લાડથી બોલ્યા , જો હું તારી થાક દૂર કરું છું. ભોજન ગરમ કરીને લાવી રહી છું. આવું કહેતા જ માં તાળું ખોલ્યા , જલ્દી રસોડામાં ગઈ . બંટી જલ્દીથી કપડા બદલી લો , બે મિનિટમાં ભોજન આવી રહ્યા છે. બંટી સોફા પર જ ઉંઘવા લાગ્યા. માં એ બંટીને બાથરૂમમાં મોકલ્યા.

બંટીએ હાથ મોઢા અને ખાવાની ટેબલ પર આવીને બેસ્યા. ભોજન ખાતા ખાતા બંટી કઈક વિચારવા લાગ્યા. અને એ દિવસ યાદ કરવા લાગ્યા જ્યારે પાપા પણ હતા. ઘર ખુશીઓથી ભરેલો રહેતો હતો. પાપાના જોક્સ બધા ઘરે આંગનમાં બધા ઘરને રંગીન બનાવી દેતા હતા. પાપા પ્યારથી એને મિઠ્ઠૂ બોલાવતા હતા. બંટીની કોઈ પણ પરેશાની હોતી , પાપાના પાસે બધાના ઉકેલ હતા. માનો પરેશાનીઓ પાપા સામે જવાથી ડરતી હતી. કેટલા બહાદુર હતા પાપા. એક વાર એન યાદ છે જ્યારે પાપા ઑફિસથી આઈસ્ક્રીમ લઈને આવ્યા હતા. ત્રણેની જુદા-જુદા ફ્લેવરની આઈસ્ક્રીમ ! ઘરે આવતા-આવતા બધી આઈસ્ક્રીમ ઓગળી ગઈ હતી ત્યારે માં એ કહ્યું હતું ... તમે પણ બસ ...! શું આટલી ગર્મીમાં પણ આઈસ્ક્રીમ એવી રીતે જ રહેશે .. ? અને પાપાએ ત્રણેય આઈસ્ક્રીમને મિક્સ કરી એક

નવા ફ્લેવરના મિલ્ક શેક બનાવ્યા.

અચાનક માં ના કોમળ હાથ એને વાળને સહલાવા લાગ્યા. અને એ માનો ઉંઘથી જાગી ઉઠયા. માં એ કીધું શું વાત છે દીકરા ? આજે તમે બહુ ઉદાસ જોવાય છે. આજે ફરી અજયથી ઝગડો થયો છે શું. કે તમારી ક્રિકેટ ટીમ ફરીથી હારી ગઈ.

બંટી એ કીધું ખબર નહી માં આજે પાપાની બહુ યાદ આવે છે. પાપાને ભગવાને એના પાસે શા માટે બોલાવી લીધા ?

આટલું સાંભળતા જ માં બંટીને ગળા લગાવી લીધું અને એમની આંખો આંસૂઓથી ભરાઈ ગઈ. માં ની સિસકિઓ બંદ થવાના નામ નહી લીધી. આ જોઈને બ6ટીના ઉદાસ મન વધારે ઉદાસ થઈ ગયા. અને એને લાગ્યું કે માં કેટલી મેહનતી છે . ઘરના , બહારના બધા કામ કરીને એને ખુશ રાખવાની કોશિસ કરે છે. હવે એ ક્યારે પણ નહી રડશે અને પાપાની જેમ બનશે. હમેશા ખુશિઓ બાંટતા અને મુશ્કેલીઓ પર પગ રાખીને આગળ વધતા. એ માંને સુખ આપશે. એને હમેહા ખુશ રાખશે. આટલા વિચારતા વિચારતા એ ભોજન કરવા લાગ્યા.

બીજા દિવસે ઉઠીને એમના ગોલકથી પાંચ રૂપિયાના નોટ કાઢીને માં થી છુપાવીને , ખિસ્સામાં નાખતા શાળા તરફ ચાલી ગયા. એ પૈસાએ એરો ઑડ્લિંગ માટે બચાવી રહય હતા. એને લડાકૂ વિમાનના શોખ હતું. પણ આજે એ પૈસા કોઈ બીજા કારણે લઈ ગયા હતા. શાળાથી આવીને બોલ્યા , ``માં જુઓ હું તમ આરા માટે શું લાવ્યા છું , `` આ તમારી ફ્રુટ એંડ નટસ આઈસ્ક્રીમ અને મારી ચોકલેટ આઈસ્ક્રીમ . કવર ખોલતા જ જોયું તો , ``બન્ને આઈસ્ક્રીમ ઓગળીન એ એક થઈ ગઈ હતી. માં એ કીધું , `` ... તમે પણ બસ ...! શું આટલી ગર્મીમાં પણ આઈસ્ક્રીમ એવી રીતે જ રહેશે .. ?અને બંટી એ વાક્ય પૂરા કરતા કહ્યું આઈસ્ક્રીમ એમ જ જમી રહેશે. અને બન્ને જોર જોરથી હંસવા લાગ્યા.!!

28
લોભીને લાલચ ભારે પડી

• ૨૮. લોભીને લાલચ ભારે પડી

એક હતો લોભિયો. અસલી, પાકો ને ખરેખરનો લોભિયો. આ લોભિયા ભાઈને લીલું કોપરું ખાવાનું મન થયું. કહે: 'લાવ, બજારમાં જાઉં ને ભાવ તો પૂછું?'

'અલ્યા નાળિયેરવાળા! આ નાળિયેરનું શું લઈશ?'

'કાકા! બે રૂપિયા.'

'બે રૂપિયા? એ આપણું કામ નહિ. રૂપિયાનું નાળિયેર ક્યાંય મળે કે?'

'કાકા! જરા આગળ જાઓ તો મોટી બજારમાં મળશે.'

'ચાલને મોટી બજાર સુધી જાઉં! એક રૂપિયો બચતો હોય તો પગ છૂટો થશે ને સસ્તું નાળિયેર પણ મળશે.'

'અલ્યા ભાઈ ! નાળિયેરનું શું લે છે?'

'કાકા ! એક રૂપિયો. જૂઓ આ પડ્યાં નાળિયેર. જોઈએ એટલાં લઈ જાઓ!'

'અરે! હું આટલે સુધી ચાલીને આવ્યો ને તું એક રૂપિયો માંગે છે? પચાસ પૈસે આપ, પચાસ પૈસે.'

'તો કાકા ! જરા વધુ આગળ જાઓ; ગામ બહારની વખારમાંથી તમને પચાસ પૈસે મળશે.'

'પચાસ પૈસા ક્યાં રેઢા પડ્યા છે? એટલું ચાલી નાખશું. લાવને, વખાર સુધી જાઉં!'

'અલ્યા વખારવાળા! આ નાળિયેર કેમ આપ્યાં? આ તો સારાં લાગે છે!'

'કાકા! એમાં શું ભાવ કરવાનો હોય? લઈ જાવ પચાસ પૈસે નાળિયેર.'

'અરે રામ! આટલું ચાલ્યો એ પાણીમાં ગયું? એમ કર, પાવલીમાં આપીશ? આ લે રોકડા પૈસા.'

'કાકા! પાવલી પણ શું કામ ખરચવી ? એક કામ કરો. જૂઓ અહીંથી બે કલાક આગળ ચાલીને જશો તો દરિયા કિનારો આવશે. ત્યાં નાળિયેરીના હારબંધ ઝાડ છે. ઝાડ ઉપર

ચડી તમતમારે નાળિયેર તોડી લેજોને. એક પૈસો પણ ખરચવો નહિ અને જોઈએ એટલા નાળિયેર મળશે!'

લોભિયા ભાઈ તો લલચાઈ ગયા. કહે : 'હવે આટલા ભેગું આટલું. ચાલને ઝાડ ઉપરથી જ નાળિયેર ઉતારી લઉં! પાવલી બચતી હોય તો એક ટંક દૂધ આવશે. પાવલી ક્યાં મફત આવે છે?'

લોભિયા ભાઈ તો ઉપડ્યા દરિયા કિનારે અને નાળિયેરી ઉપર ચડ્યા. મનમાં એમ કે 'આટલાં બધાં મોટાં મોટાં નાળિયેર અબઘડી ઉતારી ને ફાંટ બાંધીને લઈ જાઉં ! એક પૈસો યે દેવાનો નહિ ને સાવ તાજાં નાળિયેર! આ વાત તો બહુ સારી કહેવાય.'

લોભિયા ભાઈ ઝાડની છેક ઉપર પહોંચ્યા. લાંબો હાથ કરીને નાળિયેર લેવા ગયા પણ નાળિયેર તોડવાની આવડત કે અનુભવ નહિ એટલે નાળિયેરનું ઝૂંડ પકડીને જ લટકી પડ્યાં. ન નાળિયેર તૂટે ને ન પોતે નીચે ઉતરી શકે. એવી તો હાલત ખરાબ થઈ ગઈ કે વાત ન પૂછો. બૂમાબૂમ કરી માણસો ભેગા કર્યાં પણ કોઈ એમને નીચે ઉતારવા તૈયાર નહિ. છેવટે એક મજૂર તૈયાર થયો પણ કહે કે શેઠ! તમને નીચે ઉતારવાના દશ રૂપિયા થશે. ખૂબ રકઝક પછી પણ એ ન માન્યો એટલે લોભિયા ભાઈ થાકી-હારીને દશ રૂપિયા આપી નીચે ઉતર્યા પણ નીચે ઉતરતાં ઉતરતાં એક નાળિયેર તો પોતાની સાથે લઈ જ આવ્યા.

આમ લોભિયા ભાઈને બે રૂપિયાનું એક નાળિયેર છેવટે દશ રૂપિયામાં પડ્યું!

29
હાથી અને છ આંધળા માણસ

• ૨૯. હાથી અને છ આંધળા માણસ

જૂના સમયની વાત છે , કોઈ ગામમાં છ આંધળા માણસ રહેતા હતા . એક દિવસ ગામવાળોએ એને જણાવ્યા કે ગામમાં હાથા આવ્યું છે.

એને આજ સુધી હાથી વિશે ઘણું સાંભળ્યું હતું પણ ક્યારે એને છૂઈને અનુભવ નહી કર્યા હતા. એને નક્કી કર્યા કે અમે ભલે હાથેને જોઈ નથી શકતા પણ. આજે એને છુઈને અનુભવ કરીશ અને બધા એ જગ્યા પર ગયા જ્યાં એ હાથી આવ્યું હતું. બધાએ હાથીને છુવાનું શરૂ કર્યા . હું સમઝી ગયો હાથી એક થાંભલાની જેમ હોય છે , પહેલા માણસે હાથીના પગ છૂતા કહ્યું ..

અરે નહી , હાથી તો રસ્સીની જેમ હોય છે બીજા માણસે એમની પૂંછ પકડતા કહ્યું.

હૂં જણાવું છું એ તો એક ઝાડના તનાની જેમ હોય છે ત્રીજા માણસે એમની સૂંઢ પકડતા કહ્યું...

તમે લોકો શું કહો છો , હાથી કે મોટા પંખાની જેમ હોય છે ચોથા માણસે એમના કાન છૂઈને કહ્યું

નહી નહી એ એક દીવાલની જેમ હોય છે , પાંચમા માણસે એમના પેટ પર હાથ રાખતા બોલ્યા.આવું નથી એ તો એક નલીને જેમ હોય છે છ્ટઠા માણસે એમની વાત રાખી અને પછી બધા આપસમાં બહસ કરવા લાગ્યા અને પોતાને સિદ્ધ કરવામાં લાગી ગયા.

એમનો વિવાદ તેજ થઈ ગયો એ ઝગડવા લાગ્યા .

ત્યારે ત્યાંથી એક બુદ્ધિમાન માણસ પસાર થઈ રહ્યું હતું એને રોકીને પૂછ્યું , શું વાત છે તમે બધા આપસમાં કેમ ઝગડી રહ્યા છો ? . અમે એ નક્કી નહી કરી શકી રહ્યા છે જે આખરે હાથી કેમ કેવું દેખાય છે એને જવાબ આપ્યા અને પછી એક-એક કરીને બધાને એમની

વાત કહી.

બુદ્ધિમાન માણસે બધાની વાત શાંતિથી સાંભળી અને બોલ્યા તમે બધા પોત-પોતાની જગ્યા સહી છો. તમારા વર્ણનમાં અંતર આટલું છે કે ત્યમે બધાએ હાથીના જુદા-જુદા ભાગ છૂઆ છે.પણ જે વાતો તમે બધાએ હાથી વિશે કહી એ બધી સહી છે. આવું બધાએ એક સાથ જવાબ આપ્યા !

એ પછી કોઈ વિવાદ નહી થયું અને બધા ખુશ થઈ ગયા એ બધા સાચે કહેતા હતા. મિત્રો ઘણી વાર અમે અમારી જ વાત પર અડી જઈએ છે અમે સહી છે અને બાકી બધા ખોટા છે. પણ આ શક્ય છે કે અમે સિક્કાના માત્ર એક જ પહેલૂ જુએ છે અને બીજા તથ્યો પણ સત્ય હોઈ શકે છે. આથી અમે અમારી વાત તો કહેવી જોઈએ પણ બીજાની વાત પણ સબ્રથી સાંભળવી જોઈ અને ક્યારે પણ બેકારના વિવાદમાં નહી પડવું જોઈએ.

વેદોમાં પણ કહ્યા છે કે એક સત્યને ઘણા રીતે જણાવી શકાય છે , જ્યારે બીજી વાર તમે કોઈ વિવાદમાં પડશો તો યાદ કરી લેશોકે તમારા હાથમાં પૂંછ ક છે તો બાકીના ભાગમાં પણ છે.

www.ingramcontent.com/pod-product-compliance
Lightning Source LLC
LaVergne TN
LVHW050947051026
849532LV00005B/1740
9798885910293